ஆர் எஸ் எஸ் ஸின் ஆழமும் அகலமும்

தேவனூர மகாதேவா

தமிழில்
கனகராஜ் பாலசுப்பிரமணியம்

R S S sin Azhamum Agalamum (in Tamil)
Devanura Mahadeva
Translated by : **Kanakaraj Balasubramanyam**
First Published: September, 2022 | Second Published: October, 2022
Published by
BHARATHI PUTHAKALAYAM
7, Elango Salai, Teynampet, Chennai - 600 018.
Email: bharathiputhakalayam@gmail.com / www.thamizhbooks.com

ஆர் எஸ் எஸ். ஸின் ஆழமும் அகலமும்
தேவனூர மகாதேவா
தமிழில்: கனகராஜ் பாலசுப்பிரமணியம்
முதல் பதிப்பு: செப்டம்பர், 2022 | இரண்டாம் பதிப்பு: அக்டோபர், 2022
வெளியீடு:

7, இளங்கோ சாலை, தேனாம்பேட்டை, சென்னை - 600 018.
தொலைபேசி : 044-24332424, 24330024 | விற்பனை : 24332924
விற்பனை நிலையங்கள்
அருப்புக்கோட்டை: கதவுஎண் 49 A/4 மெயின் ரோடு, தெற்கு தெரு - 9994173551
ஈரோடு: 39: 39 ஸ்டேட் பாங்க் சாலை - 9245448353
கரூர்: நாரத கானசபா அருகில் (TNGEA OFFICE)- 9442706676
காரைக்குடி : 12, 2 வது தெரு, கம்பன் மணிமண்டபம் பின்புறம் - 9443406150
கும்பகோணம்: 352, ரயில் நிலையம் எதிரில் - 9443995061
குன்னூர்: N.K.N வணிக வளாகம் பெட்போர்ட்
கோவை: 77, மசக்காளிபாளையம் ரோடு, பீளமேடு - 8903707294
சிதம்பரம்: 22A / 18B தேரடி கடைத் தெரு, கீழவீதி அருகில் - 9994399347
செங்கல்பட்டு: 1 D ஜி. எஸ்.டி சாலை - 044 27426964
சேலம்: 15, வித்யாலயா சாலை சாலை
சேலம்: பாலம் 35, அத்வைத ஆஸ்ரமம் சாலை 0427 2335952
தஞ்சாவூர்: காந்திஜி வணிக வளாகம் காந்திஜி சாலை - 9655542400
திண்டுக்கல்: பேருந்து நிலையம் - 9942331105, 9976053719
திருச்சி: வெண்மணி இல்லம், கரூர் புறவழிச்சாலை - 9994289492
திருநெல்வேலி: 25கி, ராஜேந்திரநகர் - 9442149981
திருப்பூர்: 447, அவினாசி சாலை - 9486105018
திருவண்ணாமலை: முத்தம்மாள் நகர்
திருவல்லிக்கேணி: 48, தேரடி தெரு - 9444428358
திருவாரூர்: 35, நேதாஜி சாலை - 9442540543
நாகர்கோவில்: 699 கே.பி.ரோடு R.V.புரம் - 9443450111
நெய்வேலி: பேருந்து நிலையம் அருகில், - 9443659147
பழனி: பேருந்து நிலையம் அருகில் - 9442883696
பாண்டிச்சேரி : கிழக்கு கடற்கரைச்சாலை, இலாசுப்பேட்டை, 9486102777
பெரம்பூர்: 52, கூக்ஸ் ரோடு - 9444373716
மதுரை: 37A, பெரியார் பேருந்து நிலையம் - 045 22324674
மதுரை: சர்வோதயா மெயின்ரோடு
வடபழனி: பேருந்து நிலையம் எதிரில் அடையார் ஆனந்தபவன் மாடியில் - 9444476967
விருதுநகர்: 131, கச்சேரி சாலை - 0456 2245300
வேலூர்: பேஸ் III, சத்துவாச்சாரி - 9442553893

நினைத்த நூல்கள்... நினைத்த நேரத்தில்...   BharathiTV | www.bookday.in

thamizhbooks.com   8778073949

ரூ. 25/-
அச்சு : பிரிண்டெக், சென்னை - 600 005.

கனகராஜ் பாலசுப்பிரமணியம்

கர்நாடகத்தில் பிறந்து வளர்ந்த தமிழர். கன்னடத்தில் கதைகள், கட்டுரைகள் எழுதிக் கொண்டிருக்கும் இவர் தற்போது தமிழிலும் எழுதுகிறார். இவருடைய கன்னடக் கதைகளின் தமிழாக்கம் "வாட்டர்மெலன்" எனும் தலைப்பில் "யாவரும்" பதிப்பகம் பிரசுரித்துள்ளது. இவருடைய முதல் தமிழ் நாவல் "அல் கொஸாமா" ஜீரோ டிகிரி பதிப்பகம் நடத்திய நாவல் போட்டி 2021 ல் முதல் பரிசு பெற்றது. அரேபியா வாழ்க்கையை பின்புலமாகக் கொண்ட இந்நாவலைப் போன்றே டிஸ்கவரி புக்ஸ் பதிப்பகத்தின் வெளியீட்டில் "பாலைவனத்தின் ஐந்தாம் சுவர்" என்கிற குறுநாவல் வந்துள்ளது.

உள்ளடக்கம்

1

ஆர் எஸ் எஸ் ஸின் உயிர் எங்குள்ளது?

ஆர் எஸ் எஸ் அமைப்பின் உண்மையான தோற்றத்தையும் அதன் இலக்கையும் நுட்பமாய் கவனித்து அவற்றை மக்களிடையே எடுத்துக் கூறும் முயற்சி தான் இந்நூல். நம் நாட்டை எவ்வகையான பாதையில் கொண்டுச் செல்ல ஆர் எஸ் எஸ் முயற்சிக்கிறது என்பதை சரியாக புரிந்துகொள்ளவும், இந்த அமைப்பைக் குறித்து பொதுவாக நிலவும் கருத்து மற்றும் அதன் உண்மை முகம் இவற்றின் இடையிலிருக்கும் வேறுபாட்டை மக்களுக்கு நன்கு உணர்த்த வேண்டும் என்கிற நோக்கின் ஒரு தொடர்ச்சி இந்த நூல்.

ஆம், மக்களுக்கு உணர்த்த வேண்டும் தான்... எவ்வாறு? நம் நாட்டார் கதைகளில் ஏழு கடலுக்கு அப்பால் இருக்கும் குகைக்குள் தன் உயிரை கிளி உருவத்தில் மறைத்து வைத்து, நாட்டிற்குள் புகுந்து அட்டகாசம் செய்யும் மாயாவியின் கதை வரும். அவன் ஏற்கெனவே மாயாவி, கபடதாரி. அவன் உருவம் நூற்றுக்கணக்கானவை. வசீகரணம் செய்வதிலும் சிறந்தவன். அவனை கட்டுப்படுத்த நாம் என்ன செய்தாலும் அவனை மிஞ்ச முடியாதாம். ஏனெனில் ஏதோ ஒரு குகைக்குள் அவனுடைய உயிர் கிளி உருவத்தில் பாதுகாப்பாக இருக்கிறது. முதலில் நாம் அதன் உயிர் எங்குள்ளது என்பதை தேடி கண்டுபிடிக்க வேண்டும். இது போன்ற முயற்சியின் ஒரு தொடர்ச்சியாக ஆர் எஸ் எஸ் ஸின் பழங்கால புராதன வாசனை நிரம்பிய கிணற்றை எட்டி பார்த்தேன். அங்கு தெரிந்த காட்சிகள் மிகக் கொடியதானவை. இந்த சிறு புத்தகத்தில் இருப்பவை அவற்றின் ஒரு கூறு மட்டும் தான். பின் வரும் நாட்களில் விரிவாக எழுதுபவர்களுக்கு இந்நூல் சிறிதளவு உத்வேகம் அளித்தால் அது போதும்.

கோல்வாலகர் ஆர் எஸ் எஸ் அமைப்பின் தலைமை இயக்குநராக நெடுங்காலம் பதவி வகித்தவர். ஆர் எஸ் எஸ் ஸின் நிறுவனர்

டாக்டர் கே பி ஹெட்கேவர். இந்த அமைப்பின் மற்றொரு ஆதாரப்புள்ளி சாவர்க்கர் என்றே கூறலாம். ஹெட்கேவர் அவரே சாவர்க்கர் குறித்து தன் ஆசான், ஆலோசகர், சிறந்த தத்துவஞானி என்று கூறியுள்ளார். இப்போது கோல்வால்கர் மற்றும் சாவர்க்கர் இருவரின் படைப்பு ஏடுகளிலிருந்து தேர்ந்தெடுக்கப்பட்டிருக்கும் சில குறிப்புகளைப் பார்ப்போம்.

கோல்வால்கரின் கடவுள்

"நம்முள்ளிருக்கும் அனைத்து ஆற்றலையும் புறத்தூண்டும் 'உயிரோட்டம் மிகுந்த' இறைவன் வேண்டும். ஆகையால் தான் நம் முன்னோர் இவ்வாறு கூறினர்: "நம் சமூகமே நம் கடவுள்... இந்து சமூகம் தான் 'விராட புருஷனின், எல்லாம் வல்ல இறைவனின்' வடிவம் என்றனர். இந்து என்கிற சொல்லை அவர்கள் பயன்படுத்தவில்லையெனிலும் "புருஷ சூக்த"த்தில் வரும் இந்த விவரிப்பில் அது உறுதியாகிறது: சூரிய சந்திரர்கள் தான் இறைவனின் இரு கண்கள், அவனுடைய நாடியிலிருந்து நட்சத்திரங்களும் மற்றும் ஆகாயமும் சிருஸ்டி ஆயின என்று கூறிய பிறகு பிராமணன் அவனுடைய சிரம், அரசன் அவனுடைய தோள், வைசியர் அவனுடைய தொடை என்றால் சூத்திரர் அவனுடைய பாதம் எனும் சொல் இருக்கிறது. இந்த சதுர்வர்ண அமைப்பைக் கொண்டவர் யார் என்றால் இந்து சமூகம் தான், நம் கடவுள் என்றே பொருள்."

(மேற்கோள்: கோல்வால்கர் சிந்தன கங்கா, மூன்றாம் பதிப்பு,
பக்கம் 29, பதிப்பு: சாஹித்யா சிந்து, பெங்களூரு)

கோல்வால்கர் கூறும் "அரசமைப்புச் சட்டம்"

இந்து சமூகத்தில் பெருமைப்படுபவர்களை எங்கெங்கும் காணலாம் என்று கூறியவாறு "பிலிஃபைன்ஸ் நீதிமன்றத்தில் மனுவிற்காக பளிங்குக்கல் சிலை வைக்கப்பட்டிருக்கிறது. அதன் கீழ் 'மனித குலத்தின் மிகச் சிறந்த, முதன்மையான மற்றும் உன்னத சட்ட அமைப்பாளர்' என்று எழுதப்பட்டிருக்கிறது" என்று குறிப்பிடுகிறார்.

(மேற்கோள்: கோல்வால்கர் சிந்தன கங்கா, மூன்றாம் பதிப்பு,
பக்கம் 12, பதிப்பு: சாஹித்யா சிந்து, பெங்களூரு)

வி.டி. சாவர்க்கர் பார்வையில்

"நம் இந்து ராஷ்ட்ரத்தில் வேதங்களை அடுத்து மனுநீதி தான் புனித மத நூல். ஆதி காலம் தொட்டு நம் மரபு, தத்துவம், வழக்கங்கள் அனைத்துக்கும் அது தான் அடிப்படைக் கோட்பாடு. பல நூற்றாண்டு காலங்களாக இருக்கும் நம் நாட்டின் ஆன்மீக மற்றும் தெய்வீக வழிகளை ஒன்றிணைத்த உன்னத நூல் அதுவாகும். கோடானுகோடி இந்துக்கள் இன்றும் தம் நடைமுறை வாழ்க்கையில் பின்பற்றும் விதிகளின் அடிப்படை நூலும் அதுவே. ஆகையால், மனுநீதி தான் இன்றைய இந்து சட்டம்.

(மேற்கோள்: வி.டி. சாவர்க்கர், Women in Manusmuruthi" Savarkar Samagra, நான்காம் பதிப்பு : பிரபாத் பதிப்பகம், தில்லி; குறிப்புகளின் மொழியாக்கம்: சுரேஷ் பட், பாக்ர பயிலு)

அம்பேத்கர் தலைமையிலான இந்திய அரசமைப்புச் சட்டத்தைக் குறித்து கோல்வால்கர்

"சில மேற்கத்திய நாடுகளிலிருந்து சில விதிகளை எடுத்துக்கொண்டு பொருத்தமே இல்லாது குறுக்கல் முறுக்கலாய் ஒட்டியது தான் நம் அரசமைப்புச் சட்டம். ஐக்கிய நாடுகளின் சாசனத்திலிருந்து (சார்டர்) அல்லது முந்தைய உலக நாடு அமைப்பிலிருந்து சில போலி தத்துவங்கள் மற்றும் அமெரிக்கா, இங்கிலாந்து அரசுகளின் அரசமைப்புச் சட்டங்களின் ஒட்டுத் துணி வேலை இது."

(மேற்கோள்: கோல்வால்கர் சிந்தன கங்கா, மூன்றாம் பதிப்பு, பக்கம் 245, பதிப்பு: சாஹித்யா சிந்து, பெங்களூரு)

ஆர் எஸ் எஸ் நாளிதழ் "ஆர்கனைஸரில்"

பாரதத்தின் புது அரசமைப்புச் சட்டத்திலிருக்கும் தீய சங்கதி என்னவென்றால் அதில் பாரதத்திற்கே உரியதான எந்த விடயமும் இல்லை என்பதுதான். பாரதத்தின் பழமை வாய்ந்த அரசமைப்புச் சட்டங்கள், அமைப்புகள், சொல்லாடல் யாவும் இதில் காண இயலவில்லை. ஸ்பர்டாவின் லைகுர்கஸ் மற்றும் பெர்ஷியாவின் சோலோன்களுக்காட்டிலும் முன்பே மனுவின் சட்டங்கள் எழுதப்பட்டிருக்கின்றன. இன்றும் கூட மனுநீதி உலகெங்கும் புகழாரம் சூட்டப்படுகிறது. இவற்றினூடே அதற்கென்றே

ஆர்வமும் பற்றும் தொடர்வதை நாம் காண முடிகிறது. ஆனால் நம் அரசமைப்பு பண்டிதர்களுக்கு இவையெல்லாம் பொருட்டில்லாமல் போயிற்று"

(நவம்பர் 26, 1949 ன்று அரசமைப்புச் சட்ட வரைவுக் குழு
இந்திய அரசமைப்புச் சட்டத்தை ஒப்புகை செய்தது. இதை அடுத்து
ஆர் எஸ் எஸ் ஸின் "ஆர்கனைஸர்" இதழில் நவம்பர் 30, 1949ல்
வெளிவந்த குறிப்பு இது)

ஒன்றிய அரசைக் குறித்து

நம்முடையது இணக்கமான ஒற்றை தேசியம் என்கிற உறுதிப்பாடு நம் அரசமைப்புச் சட்டத்தின் வரைவுக் குழுவினரிடம் துளியும் இல்லை என்பது ஒன்றிய அரசமைப்புச் சட்டத்தின் விரிவுரையிலேயே தெளிவாக தெரிகிறது. நம் தேசத்தை 'மாநிலங்களின் ஒன்றியம்' என்று அழைத்துள்ளனர். தற்போதைய ஒன்றியக் கட்டமைப்பில் சிதைவு விதைகள் நிரம்பியுள்ளன.

(மேற்கோள்: கோல்வால்கர் சிந்தன கங்கா, மூன்றாம் பதிப்பு,
பக்கம் 229, பதிப்பு: சாஹித்யா சிந்து, பெங்களூரு)

"... இதற்காக நம் தேசத்தின் அரசமைப்பின் ஒன்றிய வடிவமைப்பைக் குறித்தான அனைத்து கருத்துக்களை ஆழமாக மக்கள் மனதில் நட வேண்டும். பாரத நாட்டிற்குள் 'சுய அதிகாரம்' அல்லது பகுதி சுய அதிகாரம் கொண்ட மாநிலங்களின் தனித்துவத்தையே இல்லாமலாக்க வேண்டும்... ஒன்றிணைந்த அரசு முறையை நிறுவ வேண்டி நம் அரசமைப்புச் சட்டத்தைத் திருத்தி எழுதுவோம்."

(மேற்கோள்: கோல்வால்கர் சிந்தன கங்கா, மூன்றாம் பதிப்பு,
பக்கம் 474, பதிப்பு: சாஹித்யா சிந்து, பெங்களூரு)

ஹிட்லரின் நாஜி மற்றும் பாசிச சித்தாந்தத்தைக் குறித்து

"இன்றைய முக்கிய விவாதப் பொருள் என்னவென்றால் தம் இனத்தைக் குறித்து ஜெர்மானியர்களுக்கிருக்கும் மாபெரும் பெருமை. ஜெர்மனி தன் சமூகம் மற்றும் கலாச்சாரத் தூய்மையைக் காப்பாற்ற வேண்டி தன் நாட்டிலிருந்த செமிடிக் இனத்தின் யூதர்களை

அடியோடு அழித்து உலகையே அதிர வைத்தது. இங்கு மிக உச்ச கட்ட இனப்பற்று தென்படுகிறது. இந்துஸ்தானத்திலிருக்கும் நாம் இந்த சிறந்த செயலிலிருந்து கற்றுக்கொள்ள வேண்டும் மற்றும் பயனடைய வேண்டும்.

(மேற்கோள்: கோல்வால்கரின் We or our nationhood defined; பாரத் பப்ளிகேஷன், நாக்பூர், 1939, பக்கம் 35, குறிப்பு மொழியாக்கம்: சிரேஷ் பட், பாக்ர பைலு)

"... இந்தத் தொன்மையான நாடுகள் தம் சிறுபான்மையினரின் பிரச்சனைகளுக்கு எவ்வாறு விடை காண்கின்றன என்பதை நாம் மனதில் வைத்துக்கொள்வது மிகவும் பயன் தருவதாகும்... வெளியிலிருந்து புலம்பெயர்ந்து வந்தவர்கள் மக்கள் தொகையில் பிராதன குழுவாய் திகழும் தேசிய இனத்தின் கலாச்சாரம் மற்றும் மொழியை ஏற்றுக்கொண்டு, அதன் விருப்பத்தை பகிர்ந்து கொண்டு, தம் தனிப்பட்ட அடையாளம் மற்றும் அயல் நாட்டு மூலத்தை மறந்து தேசிய இனத்தோடு இயல்பாக இணைய வேண்டும். அவர்கள் அவ்வாறு செய்யவில்லையெனில் தேசத்தின் அனைத்து சட்ட திட்டங்களின் கட்டுப்பாடுகளுக்கு அடி பணிந்து, அதன் சகிப்புத்தன்மையின் தயவில் உரிமையில்லாது அந்நியரைப் போல் வாழ வேண்டும். வெளிநாட்டவர்களுக்கிருப்பது இரண்டே வழி, ஒன்று தேசிய இனத்தோடு இணைவது அல்லது தேசிய இனத்தின் பரிவால் அது சம்மதிக்கும் வரை இருந்து வெளியேறக் கூறிய உடனே ஓடிப் போவது. இது ஒன்று தான் சிறுபான்மையினரின் பிரச்சனைக்கான ஆரோக்கியமான, இயல்பான மற்றும் நேர்மையான தீர்வு. இதனால் மட்டுமே தேசத்திற்குள் மற்றொரு தேசமாகும் புற்று நோயின் அபாயத்திலிருந்து தேசத்தைக் காப்பாற்றலாம்.

(மேற்கோள்: கோல்வால்கரின் We or our nationhood defined; பாரத் பப்ளிகேஷன், நாக்பூர், 1939, பக்கம் 47, குறிப்பு மொழியாக்கம்: சுரேஷ் பட், பாக்ர பைலு)

"நாஜி அல்லது பாசிச மந்திரக் கோல் ஸ்பிரசத்தின் காரணமாக ஜெர்மனி மற்றும் இத்தாலி பெரும் முன்னேற்றம் அடைந்து நல்ல

நிலையில் இருக்கின்றன; வலிமை கொண்ட நாடாக அவை திகழ அந்த அரசியல் நிலைபாடுகள் தான் காரணம். அந்நாடுகளின் ஆரோக்கியத்திற்கு தேவையான உந்துதல் ஆற்றலை அவை தருகின்றன என்பது நிரூபிக்கப்பட்டிருக்கிறது.

(மேற்கோள்: வி.டி. சாவர்க்கர், 1940ல் மதுரையில் நடந்த
இந்து மஹாசபாவின் தலைமையாளரின் பரப்புரையில்.
குறிப்புகளின் மொழியாக்கம்: சுரேஷ் பட், பாக்ர பயிலு)

சுதந்திரம்

"நம் தேசிய வாழ்வு முறையை, என்றால் நம் மதம் மற்றும் கலாச்சாரத்தை, காப்பாற்றி உயர்த்துவதே சுதந்திரத்தின் அடையாளத்திற்கு 'மூலப்பொருள்' என்பது நம் தொன்மை, கலாச்சாரத்தின் அறிவு."

(மேற்கோள்: கோல்வால்கர் சிந்தன கங்கா, மூன்றாம் பதிப்பு, பக்கம் 425,
பதிப்பு: சாஹித்யா சிந்து, பெங்களூரு)

ஆர் எஸ் எஸ் ஸின் உயிர்தல்

"ஒரு கொடி, ஒரு நாயகன் மற்றும் ஒரு சித்தாந்தத்திலிருந்து உத்வேகம் பெரும் ஆர் எஸ் எஸ் இந்த பெரும் தேசத்தின் ஒவ்வொரு மூலை முடுக்கிலும் இந்துத்துவாவின் ஜோதியை ஏற்றுகிறது."

(மேற்கோள்: கோல்வால்கர் 1940ல் மதராசில் நடந்த ஒரு நிகழ்வில் 1350 முதல்
வரிசை ஆர் எஸ் எஸ் செயலாளர்களை நோக்கி கூறியவை.
இதைத்தான் நாஜி மற்றும் பாசிச சித்தாந்தம் என்கிறோம்)

2

இவ்வாறெல்லாம் ஏடுகள் பேசுகின்றன!

"ஆர் எஸ் எஸ் ஸின் உயிர் எங்குள்ளது" அத்தியாயத்தில் கோல்வால்கர் மற்றும் வி.டி.சாவர்க்கர் அவர்களின் எழுத்துக்களிலிருந்து சில சிந்தனை வகைகளை தேர்ந்தெடுத்து கொடுக்கப்பட்டிருக்கின்றன. அங்கு ஏடுகள் மட்டும் பேசியுள்ளன. அவ்வாறிருக்கும் ஆர் எஸ் எஸ் ஸின் பழுமையான தீய பார்வையை மற்றவர்கள் இருக்கட்டும், பிராமணர்களே உடன்பட மாட்டார்கள்.

கோல்வால்கர் தம் நூலிற்கு "பஞ்ச் ஆஃப் தாட்ஸ்" எனும் தலைப்பை கொடுத்துள்ளார். அதன் கன்னட மொழியாக்கத்திற்கு "சிந்தன கங்கா" என்றுள்ளது. இருக்கட்டும். ஆனால், அதில் "தாட்ஸ்" அல்லது "சிந்தனை" என்று கூறப்படும் ஏதாவது உள்ளதா என்று பார்த்தால், சிறிதளவும் தென்படவில்லை. அவற்றில் இருப்பது ஆபத்து மிக்க நம்பிக்கைகள்தான்!

அதுவும் பழங்காலத்து கேடு விளைவிக்கும் நம்பிக்கைகள். முதலாவதாக – "புருஷசூக்த"த்தில் வரும் சமூக அமைப்புதான் இவர்களுக்கு கடவுள். பிராமணன் சிரம், சத்திரியன் தோள், வைசியன் தொடை, சூத்திரன் பாதம் எனும் சமூக அமைப்புதான் ஆர் எஸ் எஸ் ஸின் கடவுள். இதை கோல்வால்கர் "உயிர் மிக்க பரமாத்மா" என்றார். இந்த நம்பிக்கைதான் ஆர் எஸ் எஸ் ஸின் அடித்தளம் மற்றும் இதுதான் அவர்களுக்கு சாட்சாத் பகவானும் கூட!

சரி, சதுர்வர்ணத்தை புரிந்து கொள்ள, கடவுளின் பணிமுறையை அறிய நாம் நம்முடைய தலை, தோள், தொடை, பாதங்களை பார்த்துக் கொண்டாலே போதும் இல்லையா? நம் உடலில், மூளை கொடுக்கும் உத்தரவின்படி தோள்கள், தொடைகள் பாதங்கள் பணி\சேவை செய்கின்றன. இதை சமூகத்திற்குப் பொருத்திப் பார்த்தால், சிரம் பிராமணனின் உத்தரவின் படியே தோள்களான சத்திரியன் ஆட்சி செய்ய வேண்டும், அதே போன்று

வைசியனும் வணிகம் செய்ய வேண்டும், இவர்களுக்கெல்லாம் சூத்திரன் தொண்டு செய்ய வேண்டும். இதுதான் ஆர் எஸ் எஸ் ஸின் சமூக நீதி, சமூகச் சீரமைப்பு. இதுவே அவர்களின் உயிருள்ள பரமாத்மா – கடவுள்!

இவ்வகையான கடவுளை இளைய மனதுகளில் தேட, "**சதுர்வர்ணம்** என்னிலிருந்துதான் நிறுவப்பட்டது" என்று கடவுளின் அவதாரமெனக் கூறும் கண்ணனே கூறியுள்ளதாகச் சொல்லப்படும் பகவத் கீதையை பாடத்திட்டமாக்க பாஜக ஆட்சியுள்ள மாநிலங்களில் பணியைத் தொடங்கியுள்ளன. கீதையை எழுதியது எப்போது? அல்லது மூலப் பிரதியில் கண்ணனின் **சதுர்வர்ண** குறிப்பு இருந்ததா? அல்லது புதிதாக சேர்க்கப்பட்டதா? அப்படி சேர்க்கப்பட்டிருந்தால் எப்போது?

இந்த பின்னணியில் சுவாமி விவேகானந்தர் கீதையின் நம்பகத்தன்மையைக் குறித்து பேசுகையில் "...சங்கராச்சாரியர் விளக்கவுரை எழுதி கீதையை பிரபலமாக்குவதற்கு முன்பு மக்கள் கீதையைப் பற்றி அறிந்திருக்கவில்லை. சங்கராச்சாரியாருக்கு முன்பு கீதை குறித்து "போதாயன விருத்தி" என்பதொன்று இருந்ததாக பலருடைய கருத்து... ஆனால் வேதாந்த சூத்திரங்களுக்கு போதாயனர் எழுதிய விளக்கவுரை பாரத கண்டத்தை முழுவதும் சஞ்சரித்த சமயத்திலும் எனக்குக் கிடைக்கவில்லை. இந்த வேதாந்த சூத்திரங்களுக்கு எழுதினாரென்று கூறப்படும் புகழ்பெற்ற "போதாயன பாஷ்யமே" சந்தேகக் கார்மேகத்தில் புதைந்திருக்கையில் கீதைக்கு "போதயன பாஸ்யம்" இருந்து என்பதை நிரூபிக்க வாய்ப்பே இல்லை. சிலர் சங்கராச்சாரியாரே கீதையை எழுதினாரென்னும் அதை அவர் மகாபாரதத்தில் சேர்த்ததாகக் கூறுகிறார்கள்."

(சுவாமி விவேகானந்தரின் படைப்புகள், 7ம் பதிப்பு,
பக்கம் 80, ராமகிருஷ்ண ஆஸ்ரம வெளியீடு)

... அப்படியானால், **சதுர்வர்ணத்தின்** சமத்துவமின்மை, அடிமை முறையை செயல்பாட்டுக்குக் கொண்டுவர சாக் ஷாத் பகவானே கூறுகிறார் என்று மக்களை நம்ப வைக்கப் பின்வரும் நாட்களில் புதிதாக சேர்த்தப்பட்டிருக்கிறது என்பதற்கு சுவாமி விவேகானந்தரின் இப்பேச்சுகள் போதுமானதுதானே? இவையெல்லாம் ஆர் எஸ் எஸ் ஸிற்கு முக்கியமானவை அல்ல!

அவர்கள் நம்பும் சங்கதிகள்தான் வரலாறு, அவர்கள் கூறுவதே புராணக்கதை! உண்மை அவர்களுக்குத் தேவையில்லை. அவர்களின் நம்பிக்கைகளே நிகழ்காலமாக வேண்டும். இவை இந்திய அரசமைப்புச் சட்டத்திற்கு அச்சுறுத்தல் தந்தால் அவர்களுக்கு அது மாபெரும் வெற்றியைப் போல் தென்படும்.

ஆகையால்தான், இந்தியாவில் "உலகஜீவி"யாய் பிறக்கும் குழந்தையொன்று சாதி வேறுபாடுகளால் இணக்கமாகக் கட்டப்பட்டு மரணிக்கும் வரையில் அங்கேயே விழுந்திருக்க வேண்டும் என்கிற செயல் நோக்கம். *சதுர்வர்ணத்தின்* இந்த அல்ப இந்து இனத்திற்கு அம்பேத்கர் தலைமையில் எழுதப்பட்ட இன்றைய இந்தியாவின் நாகரீகமான மனிதநேயம் கொண்ட அரசமைப்புச் சட்டம் என்றால் ஒரு கொடுங்கனவு. அவர்களால் தூங்க முடியவில்லை. இந்தியாவின் இன்றைய அரசமைப்புச் சட்டத்தைச் சிதைக்க ஆர் எஸ் எஸ் மற்றும் அதன் குழுமங்கள் வேண்டாத வேலை அனைத்தையும் செய்கின்றன. ஒன்றிரண்டில்லை, பலவகைப்பட்ட சூழ்ச்சிகளை கையாளுகின்றன. நம் அரசமைப்புச் சட்டத்தின் அடித்தளமாய்த் திகழும் பல மாநிலங்கள் சேர்ந்த ஒன்றிய அமைப்பை அகற்ற வேண்டி ஆர் எஸ் எஸ் மற்றும் அதன் குழுமங்கள் போர் தொடங்கியுள்ளன. பன்முகம் என்றால் அவர்களுக்கு அது சிதைவு, நச்சுவிதை. கோல்வால்கர் "ஒன்றிய அமைப்பைக் குறித்தான அனைத்து சொற்களையும் புதைக்க வேண்டும், ஒற்றை அரசு முறையை நிறுவ நாம் மீண்டும் அரசமைப்புச் சட்டத்தை எழுதுவோம்" என்று கூறுகிறார். இது மட்டுமல்லாது, ஒரே கொடி, ஒரே தேசியம், ஒரே இனம், ஒரே தலைவன் எனும் ஹிட்லரின் சர்வாதிகாரச் சித்தாந்தம்தான் இவர்களுடைய முன்மாதிரி.

இதை நினைவு கொள்வோம். காங்கிரஸின் இந்திரா காந்தியும் சிறிது காலம் சர்வாதிகாரியாகியிருந்தார். அவருடைய சர்வாதிகாரம் என்பது நிர்வாக அடிப்படையிலான சர்வாதிகாரம் மட்டுமாகத்தான் இருந்தது. இந்தியாவின் அந்த சிறிதுகால சர்வாதிகாரத்தில் நீதித்துறை, நிர்வாகத்துறை, ஊடகத்துறை மற்றும் தன்னாட்சி நிறுவனங்கள் இப்போது இருப்பது போல் செயலிழந்து இருக்கவில்லை. இன்றைய மோடி ஆட்சியில் நீதித்துறை, நிர்வாகத்துறை, ஊடகத்துறை, தன்னாட்சி நிறுவனங்கள் அனைத்தும் மூச்சுவிடக்கூட திணறுகின்றன. ஆர் எஸ் எஸ் ஸின் கனவு ஆட்சி அனைத்துத் துறைகளையும

விழுங்கிக் கொண்டிருக்கின்றன. இதன் பொருள் என்னவென்றால், கட்சி, சமூகம், கலாச்சாரம், நிர்வாகம் அனைத்துக்கும் ஒற்றைத் தலைமைதான் இருக்க வேண்டும் என்னும் நிலைப்பாடு. இது சர்வ (அனைத்து) சர்வாதிகாரம்! இதை நாம் மறக்கக் கூடாது.

இவையெல்லாம் எதற்காக? **சதுர்வர்ண** சமூக அமைப்பு நடைமுறையாக்க, மனுநீதியை அரசமைப்புச் சட்டமாக்க, அதேபோல் சமஸ்கிருதத்தை இந்தியாவின் தொடர்பு மொழியாக கொண்டு வர வேண்டும் என்கிற இலக்கும் இருக்கக்கூடும். இவை அனைத்தும் கல்லறையைத் தோண்டி கடந்த காலத்தை தூசி தட்டி நிகழ்காலமாக்கும் உத்தேசத்திற்காகத்தான். இந்தியாவின் தொடர்பு மொழியாக சமஸ்கிருதம் வரும் வரையில் ஹிந்தி மொழிக்கு முன்னுரிமை தர வேண்டும் என்றார் கோல்வால்கர், தம் "சிந்தனை கங்கா" நூலின் 122ம் பக்கத்தில்! இவையெல்லாம் பேயாட்டம்! ஆர் எஸ் எஸ் ஸின் நம்பிக்கைகளில் மூன்றாவதான – உன்னத ஆரிய குலத்தைப் பற்றி: இது ஆர் எஸ் எஸ் ஸின் மனநோய். இதிலும் ஆரிய உன்னத இன கோட்பாட்டின் கொடூர சர்வாதிகாரி ஹிட்லர்தான் ஆர் எஸ் எஸ் ஸிற்கு "ஆதர்ச புருஷன். ஹிட்லரை விட ஒரு அடி தாண்டி இன அறிவியலைப் பற்றி கோல்வால்கர் சனாதன பாரதத்தில் ஆரிய இன ஆராய்ச்சி நடைமுறை தொன்று காலந்தொட்டும் இருக்கிறது என்கிறார். குஜராத் பல்கலைக்கழக மாணவர்களை உத்தேசித்துப் பேசுகையில் – "இன்று கலப்பின ஆராய்ச்சிகள் விலங்குகள் மீதுதான் செய்யப்படுகின்றன. அதுபோன்று மனிதர்களின் மீது நடத்தப்படும் துணிச்சல் இன்றைய நவீன விஞ்ஞானிகளுக்கு இல்லை. நான்கைந்து கலப்பின எடுத்துக்காட்டுகள் இன்று காணக்கிடைக்கக் காரணம் அறிவியல் ஆராய்ச்சிகளால் அல்ல, பதிலாக காமப்பசியால்தான். கலப்பின துறையில் நம் முன்னோர் செய்த ஆராய்ச்சிகளை தற்போது பார்ப்போம்.

மனித சமூகத்தை மென்மைப்படுத்த வடக்கிலிருந்து நம்பூதிரிப் பிராமணர்கள் கேரளத்திற்கு அனுப்பி வைக்கப்பட்டனர். பிறகு நம்பூதிரிப் பிராமண குடும்பத்தின் ஆண் வாரிசில் மூத்தவன் கேரளத்தில் வைசிய, சத்திரிய அல்லது சூத்திர சமுதாயத்தின் பெண்களை மட்டும்தான் திருமணம் செய்ய வேண்டுமென்று கட்டளை விதிக்கப்பட்டது. மற்றொரு கடும் கட்டளை என்னவென்றால் எந்த வர்க்கத்தைச் சேர்ந்த பெண்ணாயினும் அவளுடைய முதற் குழந்தையின் தகப்பன் நம்பூதிரி பிராமணன் தான் இருக்க வேண்டும். பிறகு பிறக்கும் பிள்ளைகளை அவள்

தன் கணவனிடமிருந்து பெற்றுக்கொள்ளலாம். ஆனால் இன்று இதை விபச்சாரம் என்று கூறுகின்றனர். ஆனால் அன்று அது முதல் சிசுவிற்கு மட்டும் இருந்த நடைமுறையாகும்."

(கோல்வால்கர், ஜனவரி 2, 1961ல் கங்கா" நூலின் 122ம் பக்கத்தில்! ஆர் எஸ் எஸ் ஸின் "ஆர்கனைசர்"ல் எழுதியது.)

இப்படி போகிறது இவர்களின் கலப்பின ஆராய்ச்சி

... இங்கொரு நகைமுரண் இருக்கிறது. குஜராத் பல்கலைக்கழுகத்தில் கோல்வால்கர் தம் சனாதன கலப்பின ஞானத்தை காட்சிப்படுத்திய பின்பு மற்றும் அதை ஆர்கனைசர் பத்திரிகையில் எழுதிய பிறகு இந்த ஞானக் குறிப்பை திரும்பப் பெற்றுக்கொண்டார்! ஆனால் அது பிரகடனமாய் ஆவணப்படுத்தப்பட்டது. இந்த நிகழ்வு வரலாற்றில் நிகழ்ந்ததா அல்லது பொய்க் கதையா எனும் கேள்வி எழுகிறது. கோல்வால்கர் தம் பேச்சை வாபஸ் பெற்றுக் கொண்டார் என்றால் அது பொய்க் கதைதானே? ஆனால் கோல்வால்கர் கண்ணெதிரில் நடப்பது போன்று இதை விவரிக்கிறார். தாமே நேரில் கண்டது போல் விவரிக்கிறார். இதுபோன்ற கோல்வால்கரின் கதையாடல் இருக்கிறதே அது விதையாய் மாறி இன்று எங்கெங்கும் களையாய் வளர்ந்து வருகிறது. யதார்த்தம் விசாரணையாகும் வரையில் ஊசலாடுட்டுமே என்று நாளுக்கு நாள் வாட்ஸ்அப், முகநூல், ஊடக விவாதங்களில் இது போன்ற பொய்க் கதைகள் இந்தியா முழுவதும் பரவி வருகின்றன. கதைக் கட்டி சொல்லும் பொய்களையும் விதைத்தல் திரு.கோல்வால்கர் அவருடைய பெருங்கொடை! ஆர் எஸ் எஸ் மற்றும் அதன் குழுமத்தினரிடமிருந்து தொடர்ச்சியாக இந்தப் பொய் விதைத்தல் அயராது நடந்து கொண்டே இருக்கிறது,

இதனூடே, இந்தியாவில் பிறந்த சமணம், பௌத்தம், சீக்கியம், லிங்காயத மற்றும் சில **சதுர்வர்ணத்தை** நிராகரிக்கும் மதங்களின் பற்கள் – நகங்களை பிடுங்கி, சதுர்வர்ண அமைப்புக்கு சிறிதளவும் பங்கம் ஏற்படாமல் ஆர் எஸ் எஸ் பார்த்துக் கொள்ளும். இவை நம்முடைய சித்தாந்தங்கள்தான் என்று கூறிக்கொண்டு சதுர்வர்ணத்திற்குள் "ஸ்வாஹா" (விழுங்கச்) செய்யும், மற்றொருபுறம் சதுர்வர்ணத்தின் இந்து இனத்திற்கு "ஸ்வாஹா" ஆகாத கிருஸ்த்துவம், இசுலாமிய மதங்களை அடித்துச் சாய்க்க தன் குழுவினரை ஏவி விட்டுத் தாக்குதல் நடத்தும். இந்த

தாக்குதல்கள் பலவகைப்பட்டவை. விதவிதமான வேடங்கள் அணிந்து துள்ளும். இது தற்போது நடந்து கொண்டிருக்கும் விளையாட்டல்ல அதன் பிறப்பிலேயே வேடம் போட்டு வஞ்சிக்கும் விளையாட்டு தொடங்கியிருக்க வேண்டும்.

இதற்கொரு எடுத்துக்காட்டு: 1948 மார்ச் 14ம் தேதி, டாக்டர் ராஜேந்திர பிரசாத் பிரதமர் ஜவஹர்லால் நேரு மற்றும் உள்துறை அமைச்சர் சர்தார் வல்லபாய் பட்டேல் இருவருக்கும் ஒரு மடல் எழுதுகிறார். அதில் – "ஆர் எஸ் எஸ் ஆட்கள் கலவரம் உண்டாக்கும் நோக்கில் திட்டம் தீட்டிக் கொண்டிருப்பதாக எனக்கு தகவல் கிடைத்துள்ளது. அவர்கள் பல ஆட்களுக்கு இஸ்லாமியர் வேடம் போட்டு இந்துக்கள் மீது தாக்குதல் நடத்தி இந்துக்களை தூண்டி விட்டு கலவரம் ஏற்படுத்தும் பணி அவர்களுக்கு கொடுக்கப்பட்டுள்ளது. இச்சமயத்தில் ஆர் எஸ் எஸ் ஸை சேர்ந்த இந்துக்கள் இஸ்லாமியர்களின் மீது தாக்குதல் நடத்தவுள்ளனர். இந்துக்கள் மற்றும் இஸ்லாமியர்களுக்கு இடையில் நடக்கும் இது போன்ற கலவரம் பெரியதோர் உள்நாட்டு போராய் வெடிக்கலாம்" என்று எச்சரிக்கிறார்.

அந்தக் காலகட்டத்திலேயே இவ்வாறு என்றால், இனி நம் காலத்தில் எவ்வளவோ? எத்தனை வேடங்களோ?

ஆர் எஸ் எஸ் மற்றும் அதன் சந்ததியினர் எவ்வாறு பொய்களை உருவாக்குவார்கள் என்பதற்கு இதோ இங்கு மற்றொரு சான்று: திப்பு சுல்த்தான் குறித்து அவர்கள் பரப்பும் அவதூறுதான் அது. திப்புவின் ஆட்சிக் காலம் கி.பி.1782லிருந்து 1799வரை. திப்புசுல்தான் ஆட்சி காலத்தில் குடகு வட்டாரத்தில் 69 ஆயிரம் இந்துக்களை இஸ்லாம் மதத்திற்கு மாற்றியதாக சங் பரிவாரம், ஆர் எஸ் எஸ் சிந்தனையாளர்கள் ஒரு வாதத்தை முன் வைக்கின்றனர். கெஜட்டியரிக் மக்கள் தொகைப்படி எப்படி கணக்குப் போட்டாலும் அன்று குடகுப் பிராந்தியத்தின் மொத்த மக்கள் தொகையே 69 ஆயிரத்தை கடந்திருக்க வாய்ப்பில்லை. ஆர் எஸ் எஸ் சிந்தனையாளர்களின் வாதத்தின்படி பார்த்தால் இன்று குடகு முழுவதும் இஸ்லாமியர்களே நிரம்பியிருக்க வேண்டுமில்லையா? ஆனால், இன்று குடகு மாவட்டத்தில் இருப்பதோ 15% இஸ்லாமியர்கள் தான். அப்படியெனில் திப்புவின் இந்து விரோத நிலைப்பாடு ஒரு சுத்தப் பொய் விதைத்தல். சோகம் என்னவென்றால் இந்தப் பொய்கள்தான் வளர்ந்து கொண்டே போகிறது.

ஆர் எஸ் எஸ் மற்றும் சங் பரிவார் அமைப்புகள் இவற்றை அறுவடை செய்கின்றன.

இவற்றையெல்லாம் பார்த்தால், இவர்களுக்கிடையில் எவ்விதமான கடவுளும் இல்லை, பொய்தான் இவர்களின் குலதெய்வம், பொய் உற்பத்தியாளர்களளான இவர்கள் தம் மனசாட்சியைத் தூக்கிலிட்டு கொன்று விட்டார்களென்றே தோன்றுகிறது!

ஆர் எஸ் எஸ் ஸின் கிருஸ்த்துவ மற்றும் இசுலாமிய வெறுப்புக்கு அவை சதுர்வர்ணத்தின் சமூக நெறிக்குள் அடங்காதவை என்பதே முக்கியக் காரணம். இந்த இரண்டு மதங்கள் சதுர்வர்ணத்தின் இந்து மதத்திற்கு விழுங்கா கவளம்! அவற்றை முறியடித்தே தீர வேண்டும் அதனுடே இந்தியாவில் எந்த ஒரு உரிமையுமில்லாது அவை இறந்த கோலத்தில் இருக்க வேண்டும் என்பதே ஆர் எஸ் எஸ் ஸின் நிலைபாடு, கோல்வால்கர் இதை ‘We or our nation hood defined” நூலின் 47ஆம் பக்கத்தில் தெளிவாகக் கூறியுள்ளார். “தம் பிரத்தியேக அடையாளத்தை மற்றும் வெளிநாட்டு மூலத்தை மறந்து தேசிய இனத்தோடு இயல்பாக கலந்து கொள்ள வேண்டும்.... வெளிநாட்டடவர்களுக்கு இருப்பதே இரண்டு வழிகள். ஒன்று தேசிய இனத்தோடு ஐக்கியமாக்கிக் கொள்வது அல்லது தேசிய இனத்தின் கருணையால் அது சம்மதிக்கும் காலம் வரை இருந்து கொண்டு அவர்களை வெளியுயேறச் சொன்ன உடனே கிளம்பி ஓடணும்...” இவ்வாறு இருக்கிறது இவர்களுடைய ஹிட்லரின் இனவாத நகல் சித்தாந்தம். சரி, உண்மை நிலவரத்தைப் பார்ப்போமேயானால், இந்தியாவில் இருக்கும் கிருஸ்த்துவ மற்றும் இசுலாமியர்கள் அனைவரும் அயல் நாடுகளிலிருந்து வந்தவர்களா? சதுர்வர்ண மற்றும் சாதி அமைப்பில் நொந்து இந்து சமுதாயத்திலிருந்து மதம் மாறியவர்கள்தானே இவ்விரு மதங்களில் அதிகம்? மற்றும் இந்தியாவிற்கு இஸ்லாம் வந்த ஆரம்ப காலகட்டத்தில் அதிகாரத்தின், இராணுவத்தில் கிடைக்கும் பொறுப்புகளின் ஆசை காட்டுதலுக்கு உள்ளாகி முதலில் மதம் மாறியவர்களில் பெரும்பாலானோர் வடக்கின் ஆரிய பிராமணர்கள் தானே?

(நீதியரசர் எச்.என்.மோகனதாஸ் புத்தகத்திலிருந்து)

... சரி... ஆர் எஸ் எஸ் வெறுக்கும் பாகிஸ்தானில் இருக்கும் இஸ்லாமியர்களில் பிராமணர்களாக இருந்து மதம் மாறியவர்கள்

இல்லையா? இந்த உண்மைகள் யாவும் இவர்களுக்கு தேவை இல்லை. இந்த சதுர்வர்ண இந்துத்துவத்தின் ஆர் எஸ் எஸ் மட்டும்தான் அகண்ட இந்து மதத்தின் பிரதிநிதி என்பது போல் நடந்து கொண்டு மற்ற பரந்த மனப்பான்மை கொண்ட பெரும்பான்மை இந்து சமுதாயங்களுக்குள் பிரம்மையை ஊட்டி, வெறுப்பை நிரப்பி தன் பக்கம் இழுத்துக்கொள்ள வேண்டி கிருஸ்த்துவ மற்றும் இசுலாமியர்களைக் குறித்து வெறுப்புப் போர்ப் தொடுத்துள்ளது.

இந்த வெறுப்பு போரில் பலியாடாய் பங்கு பெரும் நூற்றுக்கணக்கான முன்னாள் சூத்திரர்களின் இறகுகள் சத்தமின்றி வெட்டப்படுகின்றன; அவர்களின் உரிமைகள் பறிக்கப்படுகின்றன. எப்படியென்றால், பட்டியலினத்தோர் \ பிற்படுத்தப்பட்டோர் \ மிகவும் பிற்படுத்தப்பட்டோர் அனைவருக்கும் அவரவருடைய சாதி அடையாளங்கள் இருந்த காரணத்தினாலே அவர்களுக்கு கல்வி, வேலை வாய்ப்பு, அரசியல் என்று பல துறைகளில் இந்திய அரசமைப்புச் சட்டத்தின் அடிப்படையில் தம் உரிமைகளைக் கேட்டு வாங்கிக் கொண்டிருந்தனர், ஒன்றாய் நின்று தம் பங்கை கேட்டுப் போராடினார்கள். ஆனால், எப்போது இந்து-முஸ்லிம் வெறுப்புப் போரின் சூழ்ச்சியில் இந்த முன்னாள் சூத்திரர்கள் தாழும் இந்துக்களென்று கலந்து கொள்கிறாரோ, அப்போது "இந்து நாம் ஒன்று" எனும் அடையாளத்திற்குள் வஞ்சிக்கப்பட்ட சாதிகளின் உரிமைகள் இந்திய அரசமைப்புச் சட்டம் தந்த உரிமைகள், மங்கிப் போகின்றன. தூய சதுர்வர்ண இந்து மதத்தின் வலைக்குள் எல்லோரும் மாட்டிக்கொண்டதின் விளைவு என்னவென்றால், "சிரம்" பிராமணனின் கட்டளைக்குத் தலை வணங்கி தோள்களான சத்திரியன் ஆட்சி செய்ய வேண்டி வரும். அதே போல் தொடைகளான "வைசியன்" வணிகம் தொடரவும், பாதங்களான சூத்திரர் அரசியலமைப்புச் சட்டத்தின் உரிமைகளை இழந்து தம் முன்னோர்களைப் போன்று மேல் இருப்பவருக்கு சேவை செய்து கொண்டு ஊர்ந்தபடி வாழ வேண்டி வரும். அப்போது இந்தியா பின் நோக்கிச் செல்லும்.

(ஆதாரம்: டாக்டர் சிவக்குமார், பாரதீய பரிவர்தன சங்கம்)

இவ்வாறு ஆர் எஸ் எஸ் ஐ கூர்ந்து கவனிக்கும்போது மேற்கொண்டு இரண்டு சங்கதிகள் தென்படுகின்றன. கல்லறையிலிருந்து பேய்களைத் தட்டியெழுப்பி அவற்றை

நிகழ்காலமாக்க முயலும் ஆர் எஸ் எஸ் ஒரு ஒற்றை இயக்கமில்லை, அதனுடன் அது தட்டியெழுப்பிய அதன் சந்ததிகளும் உண்டு. ஆர் எஸ் எஸ் ஸின் பிரதான பதிப்பகமான, சுருசி பதிப்பகம் 1997ல் பிரசுரத்துள்ள "பரம் வைபவ் கே பத் பர்" எனும் நூலில் விரிவாக சொல்லப்பட்டிருக்கிறது.

இந்த ஆர் எஸ் எஸ் ஸின் சந்ததிகளில் பாஜக, அகில பாரதீய வித்தியார்த்தி பரிஷத் (ஏபிவிபி), இந்து ஜாக்ரன் மஞ்ச், சமஸ்கார பாரதி, விஷ்வ இந்து பரிஷத், பஜ்ரங் தள் இன்னும் பல 40 குட்டி இயக்கங்களின் குறிப்பு அங்குள்ளது. இந்தக் கணக்கு 1996 வரையில்தான். இப்போது இவை எவ்வளவு குட்டி போட்டுள்ளனவோ. "தரம் சம்சத்" எனும் கூட்டத்தின் குழுவும் ஆர் எஸ் எஸ் வஞ்சகக் குழுமத்தின் ஒரு பாகம்தான். கர்நாடகாவின் பஜ்ரங் தளத்தின் சிசு ஸ்ரீராம சேனையும் அவற்றில் ஒன்று. இவை அனைத்தும் ஆர் எஸ் எஸ் ஸின் நட்பு வட்டாரங்கள். இந்தச் சிறிய குழுக்கள் தம் சண்டை சச்சரவுகளால் அவப்பெயரை சம்பாதித்துக் கொள்ளும் பொழுது அவற்றுக்கும் தமக்கும் தொடர்பில்லை என்று தன் வாயாலே கூறும் நடைமுறை ஆர் எஸ் எஸ் ஸிடம் உள்ளது. ஆனால் நாம் மோசம் போகக்கூடாது. மறக்கவும் கூடாது! ஆர் எஸ் எஸ் ஸிற்கும் இந்த இயக்கங்களுக்கும் இருப்பது தொப்புள் கொடி உறவு.

இவை அனைத்துக்கும் கொடுரமானது என்னவென்றால் தன் வசம் வரும் சுயம்சேவகர்களை பழக்கும் வகை! கோல்வால்கர் கூறுகிறார்.

"நாம் இயக்கமொன்றின் பகுதியென்று கூறி ஒழுக்கத்தை ஏற்றுக்கொண்ட பிறகு வாழ்க்கையில் விருப்பங்களுக்கு இடமில்லை. கூறியவையைப் பின்பற்ற வேண்டும், கபடி ஆடச் சொன்னால் ஆட வேண்டும், கூட்டம் போட வேண்டுமென்றால் கூட்டம் போட வேண்டும்... மேற்கோளாகச் சொல்ல வேண்டுமெனில் நம்முடைய சில நண்பர்களுக்கு அரசியலில் பணி செய்யுமாறு கூறப்பட்டது. இதன்பொருள் அவர்களுக்கு அரசியலில் மிக ஆர்வம் உள்ளது என்றல்ல; அரசியலுக்காக அவர்கள் நீரில்லா மீனைப் போன்று உயிர்த் தியாகம் செய்யப்போவதில்லை. அரசியலை விட்டுவெளியேறச் சொன்னால் அதற்கும் அவர்களிடம் ஆட்சேபணை கிடையாது." அவர்களுக்கு யோசிக்கும் திறன் அவசியமே இல்லை."

(வார்த்தாவின் சிண்டியில் கோல்வால்கர் உரை – மார்ச் 16, 1954)

... இங்கு கோல்வால்கர், யோசிக்கும் திறன் தேவையே இல்லை என்கிறார். இங்கு பரிதாபத்துக்குரிய சங்கதி என்னவென்றால் குழந்தைகளைப் பிடித்து அவர்கள் இயக்கத்தின் பகுதியாகச் செய்வதுதான். இவர்கள் குழந்தைகளை மனிதர்களாகவில்லை, சுயம்சேவக் எனும் மனிதநேயமற்ற ரோபோக்களாய் மாற்றுகிறார்கள். ஆர் எஸ் எஸ் ஸின் கடவாய் பற்களுக்குள் சிக்கிக்கொள்ளும் குழந்தைகளை எவ்வாறு காப்பாற்றுவது?

இன்று ஆட்டம் போட்டுக் கொண்டிருக்கும் மதவெறி- இந்து, இஸ்லாம், கிருஸ்த்துவ அல்லது எந்த சாதி மதத்தைச் சேர்ந்திருந்தாலும் சரி- அவையெல்லாம் ஒரே தாயின் பிள்ளைகள் தான். இவற்றின் புறத்தோற்றம் வேறு வேறாக இருந்தாலும் அகத்தில் இவையெல்லாம் ஒன்றுதான். யாருடைய மதவெறியாயிருந்தாலும் தின்பது மனிதத்தைதான்.

ஒரு கைப்பிடியளவிற்கு இருக்கும் மதவெறியாளர்களைப் பார்த்துக் கொண்டு மௌனமாக இருக்கும் பெரும்பான்மை மக்கள் விழித்துக் கொண்டு மதவெறிக்கு ஒத்துழைப்பு கொடுக்காமலிருந்தால் மட்டுமே இன்று நாம் வாழ இயலும். இல்லையெனில், எந்த மதவெறியானாலும் சரி முதல் வேலையாக அது செய்வது தன் மக்களின் கண்களைப் பிடுங்கி பார்வையற்றவராக்குவதுதான். பிறகு இதயத்தைப் பிடுங்கி கொடூரமாக்குவது, அதனூடே நரபலி கேட்பது. இது தற்போது உலகெங்கிலும் பரவி பெருகி வருகிறது. இத்தகைய மதவெறியின் தாடைப் பற்களிலிருந்து நம் குழந்தைகளின் கண், இதயம், மூளைகளை நாம் காப்பாற்ற வேண்டியிருக்கிறது.

பரந்த இந்து சமூகத்தில் சிறுபான்மையராய் இருக்கும் பசுந் தோல் போட்ட புலி போன்ற இந்துத்துவ \ சதுர்வர்ண இந்து உயிரினமான இந்த இயக்கத்தின் மனிதாபிமான மற்ற செயல்களைப் பார்த்துக்கொண்டு அமைதியாய் இருக்காமல், பரந்த இந்து சமூகம் தற்போதைய காலகட்டத்தில் உரத்துப் பேச வேண்டியிருக்கிறது, மூலக்குடிகள் தொடங்கி பிராமணர்களையும் உட்கொண்டே பல நூறு சாதிகளைக் கொண்ட, மனிதநேயமுள்ள பெரும்பான்மை இந்து சமூகம் ஆற்றலோடு செயல்பட வேண்டும்.

3

இன்று நிகழ்காலத்தில்

இன்று, நம் காலத்தில் ஆர் எஸ் எஸ் சந்ததிகளில் ஒன்றான பாஜக, ஒன்றியத்திலும், சில மாநிலங்களிலும் அதிகார உச்சத்தைப் பிடித்துள்ளது. கர்நாடகத்திலும் எப்படியோ அதிகாரத்தைக் கைப்பற்றியுள்ளது.

1970ஆம் ஆண்டு தொடக்கத்தில் அன்றைய பிரதமர் இந்திரா காந்தியின் ஊழல் மற்றும் நிர்வாகச் சீரழிவுகளுக்கு எதிராக ஜெயப்பிரகாஷ் நாராயணன் தலைமையில் தொடங்கிய போராட்டத்திற்குள் ஆர் எஸ் எஸ் மற்றும் இன்றைய பாஜகாவாக மாறி இருக்கும் அன்றைய ஜனசங்கம் எப்படியோ புகுந்து கொண்டன. அன்று முதல் அதன் அணுகுமுறையே வேறொன்றாக மாறிவிட்டது. நிராகரிக்கப்பட்டிருந்த ஆர் எஸ் எஸ் ஸை சமூகம் பிறகு ஏற்றுக்கொண்டது. அந்தக் காலகட்டத்தில் புதியதாக உருவெடுத்த ஜனதா கட்சியில் இணையும் முன், அன்றைய ஆர் எஸ் எஸ் பிரமுகர்கள் ஜெயப்பிரகாஷ் நாராயணன் அவருக்கு தாம் இரட்டை உறுப்பினர் பொறுப்பை கொடுப்பதாக உறுதி கொடுத்திருந்தனர். இந்த உறுதியைக் கொடுத்தவரில் வாஜ்பாய், எல்.கே.அத்வானி மற்றும் ஆர் எஸ் எஸ் நிறுவனர் பாபா சாகேப் தேவரஸ் முக்கியமானவர்கள. ஆனால் ஆர் எஸ் எஸ் மூலத்திலிருந்து வந்தவர்கள் ஜனதா கட்சியில் இணைந்து ஒன்றோடு ஒன்றாய் கலந்து கொண்டாலும் தம்முடைய இரட்டை உறுப்பினர் பதவியைத் துறக்கவில்லை. பேச்சு மாறிவிட்டார்கள். ஜெ.பி.யை நம்ப வைத்து துரோகம் செய்தது. இந்தச் செயலை நினைத்து தம் கடைசி நாட்களில் ஆர் எஸ் எஸ் ஸிலிருந்து வந்தவர்கள் செய்த துரோக்தை நினைத்து ஜெ.பி. மிகவும் வருந்தினார்.

1975ல் தேசிய நெருக்கடி நிலையை (எமர்ஜென்சி) அமல்படுத்திய தருணத்தில் ஜெயபிரகாஷ் நாராயணன் அவர்களை MISA (Maintenance of Internal Security Act) எனும் கொடுஞ் சட்டத்தின்

கீழ் கைது செய்து பாதுகாப்புக் காரணத்தினால் சண்டிகர் சிறைக்கு அனுப்பப்படுகிறார். அவரின் உடல் நிலை சீர்கெட்ட காரணத்தினால் அவரை சண்டிகர் மருத்துவ ஆராய்ச்சி கழகத்தின் விடுதியைச் சிறை என்று அறிவிப்பு செய்து அங்கு காவலில் வைக்கப்படுகிறார். அச்சமயத்தில் சண்டிகரின் மாவட்ட ஆட்சியாளராக திரு தேவசகாயம் பணி செய்து வருகிறார். தினந்தோறும் அவர் ஜெயப்பிரகாஷ் நாராயணனைச் சந்திக்க நேர்ந்திருக்கிறது. பின் நாட்களில் அவர் ஜெயப்பிரகாஷரின் நட்பு வட்டத்தில் வருகிறார்.

ஜெயப்பிரகாஷ் நாராயணன் விடுதலையான பிறகும் இருவரின் நட்பு தொடர்கிறது. திரு.எம்.ஜி.தேவசகாயம் அஜாஸ் அஷ்ரப், அவருக்குத் தந்த நேர்காணலில் மேல் கூறியுள்ள பேச்சுகள் வரும்

(குறிப்பு: newsclick.in 26 June 2019)

அங்கிருந்து, ஆர் எஸ் எஸ் மற்றும் பாஜக சங் பரிவார்களின் மோசடி நாடு முழுவதும் வியாபிக்கின்றன. பாகிஸ்தானை நிரந்தர விரோதி நாடாகச் சித்தரித்துக்கொண்டு, இங்கு நடைபெறும் சின்னஞ்சிறு கலவரங்களுக்கெல்லாம் பாகிஸ்தான் தான் காரணம் என்று பரப்பிக்கொண்டு, சமூகத்தில் பீதியை கிளப்பி, சிலமுறை அவர்களே கலவரத்தை மூட்டிவிட்டு முஸ்லீம்களின் மேல் பழியைப் போட்டு மொத்தத்தில் அனைவருடைய நிம்மதியைக் கெடுத்துக் குழப்பம், சந்தேகம், வெறுப்பு அரசியல் வழியில் பாஜக ஆட்சிக்கு வந்துவிட்டது. இப்போது பல வழிகளைக் கொண்ட நான்கைந்து மதங்களின் அழகினை உட்கொண்ட செழிப்பான அகண்ட இந்து மதம் ஜெயப்பிரகாஷ் நாராயணனரைப்போன்று "நாம் மோசம் போயிட்டோம்" என்று பரிதவிக்கும் போல் ஆனது.

பாஜக அதிகாரத்திற்கு வரும் முன் தந்த வாக்குறுதிகள் எத்தனை? போட்ட வேஷங்கள் எவ்வளவு? ஒன்றா, இரண்டா? அயல்நாடுகளில் சில இந்தியர்கள் வைத்திருக்கும் கருப்பு பணத்தைக் கொண்டுவந்தால் ஒவ்வொரு குடிமகனின் வங்கிக் கணக்குகளில் 15 லட்சம் போடலாம் என்று நரேந்திர தாமோதர தாஸ் மோடி கூறினார். இந்தியாவில் அப்பாவி மக்கள் அந்த 15 லட்சத்திற்காகக் காத்துக்கொண்டு உள்ளனர், அதுவும் மோடியே கூறிய காரணத்தினால்! கருப்பு பணம் வந்ததா? வந்திருந்தால் யாருக்குப் போனது, பிறகு கோடிக்கணக்கான வேலை வாய்ப்புக்களை உண்டாக்குவோமென்று நரேந்திர மோடிதான்

கூறினார். என்ன ஆயிற்று? என்றும் இல்லாத அளவுக்கு வேலையின்மையை அதிகரித்து விட்டார். கேட்போர் யார்?! வேளாண்மையை, விவசாயிகளின் வருமானத்தை உயர்த்துவோம் என்றார். இருக்கும் வருமானத்தையும் சூறையாடுகிறார். இவர்கள் எவற்றையும் விடுவதாக இல்லை. பொதுத்துறை அமைப்புகளை தனியாருக்கு விற்றுக் கொண்டிருக்கிறார்கள். வெளிநாட்டு கடனை என்றென்றும் இல்லாத அளவுக்கு ஏற்றிக்கொண்டே போகிறார்கள். இவற்றையெல்லாம் பார்க்கும்பொழுது, மணலில் வீடு கட்டியபடி வண்ண வண்ண சொற்களை வீசிக்கொண்டு மொத்த இந்தியாவையும் செயல் இழக்கச் செய்து வெறுங்கை ஆக்கிவிடுவார்களோ என்று தோன்றுகிறது.

இவர்களின் ஆட்சியில் வேலையின்மை அதிகரித்தலும் இவர்களுக்குப் பிரச்சனையில்லை; விலையுயர்வுக்கும் இவர்கள் கவலைப்படுவதில்லை. நாட்டு மக்களிடையே வெறுப்பின் பந்தத்தை பற்ற வைத்து நாட்டை கொந்தளிக்கச் செய்து மக்கள் வயிற்றுக்கு வெறுப்பு உணவைத் தந்து உறங்க வைக்கப்படுகிறார்கள் – இவ்வாறு இருக்கிறது இவர்களின் ஆட்சி. பாஜகவிற்கு வாக்களித்து அவர்களை ஆட்சியில் அமரவைத்த வாக்காளர்களும் இன்று பரிதவிக்கும்படி ஆகியிருக்கு நிலைமை.

இன்று நம் இந்தியாவில் மக்களாட்சியின் நிலைமை கதிகெட்டு போயிருக்கிறது. மக்களால் தேர்ந்தெடுக்கப்பட்ட பிரதிநிதிகள் தம்மை தேர்வு செய்த மக்களின் சுக துக்கங்களுக்கு வாழ்வாதாரத்திற்கு விசுவாசமாக இல்லை.

இந்தியாவின் அரசியல் கட்சிகளின் போக்கைப் பார்த்தால், (1) ஒற்றைத் தலைமை கட்டுப்பாட்டில் இயங்கும் கட்சிகள் (2) குடும்பத் தலைமை கட்டுப்பாட்டிற்குள் இருக்கும் கட்சிகள் (3) அரசமைப்புச் சட்டத்தின் விதிமுறைகளுக்கு வெளியில் இருக்கும் இயக்கம் \ அமைப்புகளின் கட்டுப்பாட்டிலிருக்கும் கட்சிகள் – இந்த மூன்று வகைக் கட்சிகள் தான் ஆங்காங்கே ஆட்சி செய்கின்றன. இவை மூன்றும் மக்களாட்சிக்கு எதிரானவை. அரசமைப்புச் சட்டத்திலிருந்து வெளியே இருக்கும் அமைப்பொன்றின் கட்டுப்பாட்டிலிருக்கும் பாஜக நாட்டின் மகுடத்தைப் பிடித்துள்ளது. இந்த மூன்று கட்சிகளிலிருந்து தேர்ந்தெடுக்கப்பட்டவர்களின் விசுவாசம் தம்மைத் தேர்ந்தெடுத்த வாக்காளர்களின் நலனைக் காட்டிலும் தம் கட்சியை கட்டுப்படுத்தும் நபர் \ குடும்பத்திற்கு இருப்பது போல், அரசமைப்புச் சட்டத்தின் விதிமுறைகளுக்கு

அப்பாலிருந்து செயல்படும் இயக்கம் \ அமைப்பின் கட்டுப்பாட்டுக்குள் இருக்கும் கட்சியின் பிரதிநிதிகள் அந்த அமைப்பு \ இயக்கத்திற்கு தான் விசுவாசமாக இருப்பார்கள். இது ஜனநாயகத்திற்கு மற்ற எல்லாவற்றையும் விட ரொம்பவும் ஆபத்தானது. இன்று நாம் பார்ப்பது போல் பாஜக வின் சட்டமன்ற உறுப்பினர்கள், நாடாளுமன்ற உறுப்பினர்களென்று பலரும் போட்டி போட்டுக்கொண்டு தம்முடைய பாஜக கட்சியை கட்டுப்பாட்டுக்குள் வைத்திருக்கும் ஆர் எஸ் எஸ் சை புகழாரம் பாடி சந்தோசப்படுத்த முயல்வதற்கு காரணம் இதுவாகத்தான் இருக்கும்!

அரசமைப்புச் சட்டத்தின் விதிமுறைகளுக்கு அப்பாலிருக்கும் இயக்கம் \ அமைப்பு கட்டுப்படுத்தும் கட்சி அரசியலில் மற்றொரு சங்கதியை நாம் கவனிக்க வேண்டும். பாஜக விற்கு அபார பெரும்பான்மை வாங்கிக் கொடுத்த பிரதமரான மோடி வலிமை மிக்க நாயகன் போல் தோற்றமளிக்கிறார். ஆனால் உண்மையில் அவரொரு உற்சவச் சிலை மட்டும்தான்; மூலச் சிலை ஆர் எஸ் எஸ் ஸின் நாக்பூர் கோவிலில் உள்ளது. உற்சவச் சிலை நாடு முழுவதும் மின்னிக்கொண்டிருக்கும், வாழ்க வாழ்க என்று கோஷத்தை ரசித்துக் கொண்டிருக்கும். உற்சவ சிலைக்கு தகுதி என்னவென்றால் செயல்திறன் மற்றும் தன் ஆட்சியில் பிரச்சனைகள் தீவிரமடைந்து கட்டுப்பாடு இழந்தால், அதை உணர்ச்சிவசமாக மாற்றி கலவரம் எழுப்பி மறைக்க வைக்கும் புத்திசாலித்தனம். அதே போல் மக்களை ஏமாற்றும் மோடி மஸ்தான் வேலை, ஆர் எஸ் எஸ் சன்னிதானத்திற்கு பரம விசுவாசம், இவைதான் தேவை. இவற்றைத்தானே நாம் தற்போது காண்பது!? இங்கு ஜனநாயகத்திற்கு நேரிடக்கூடிய மற்றொரு ஆபத்து என்னவென்றால் அரசமைப்புச் சட்டத்தின் வெளியே இருக்கும் இயக்கத்தின் பிடியிலிருக்கும் கட்சியொன்றின் தலைமை நாக்பூர் சன்னிதானத்தில் இருக்கும் கடவுள் பூ கொடுப்பதை பொறுத்துதான் பணி செய்வது. இவை அனைத்தும் பொம்மலாட்டம்! தற்போது ஆடும் பொம்மையைக் காட்டிலும் மற்றொரு தூக்கலாக மேலும் விசுவாசமுள்ள அல்லது சொல்வதெற்கெல்லாம் ஆடும், அதிகம் ஏமாற்றும் புதிய கபட பொம்மை கிடைத்தால் அது வலிமையான அல்லது அறிவாளியெனும் வேடத்தில் அரங்கேற்றம் செய்யப்படும். அது தலைவன் என்றாகும். முந்தைய தலைவன் ஆடிய ஆட்டத்தை குப்பையில் போடப்படும். தம் தாளத்திற்கு

ஆடாத எந்த வலிமையான தலைவனும் ரொம்பநாள் இங்கு வாழ மாட்டார். மக்களால் தேர்வு செய்யப்பட்ட ஆட்களின் கதியே இப்படியென்றால்? இது மிக மோசமான பெரும் அச்சம் தருகிற அபாயகரமான நிலைமை.

இவையெல்லாம் சேர்ந்து மக்களின் வாழ்வைச் சிதைத்துக் கொண்டிருக்கின்றன. அரசமைப்புச் சட்டத்தின் விதிமுறைகளுக்கு அப்பாலிருக்கும் அமைப்பென்றின் பிடியிலிருக்கும் நாட்டின் பிரதமருக்கு தனித்திறமை இருந்திருந்தால் வேலையின்மை குறைந்திருக்கும், பணவீக்கம் கட்டுப்பாட்டிலிருந்திருக்கும், பொதுத்துறை நிறுவனங்களை விற்று அரசை நடத்தும் நிலைமை வந்திருக்காது, வெளிநாட்டுக் கடன் குறைந்திருக்கும், இந்தியாவின் தன்னாட்சி அமைப்புகளின் பற்களைப் பிடுங்கிச் செயலற்ற நிலைக்கு தள்ளியிருக்க வாய்ப்பில்லாமல் ஆயிருக்கும். பிரதமர் மோடியின் ராஜ்ஜியத்தில் கரொனாவிற்கு முதல் குஜராத்தின் அம்பானியின் சொத்து மதிப்பு 2.86 லட்சம் கோடியிருந்தது. வெறும் இரண்டே வருடத்தில் (ஜூன் 10, 2022) அது 8.03 லட்சக் கோடியாக அதிகரித்துள்ளது! இதே போன்று குஜராத்தின் அதானியின் மொத்தச் சொத்து கொரோனாவிற்கு முதல் 2020ல் 69 ஆயிர கோடிகள். அம்பானியின் சொத்தின் கால்பங்கு இருக்கவில்லை! இவ்வாறிருந்த அதானியின் சொத்து மதிப்பு வெறும் இரண்டே வருடங்களில் (ஜூன் 10, 2022) 7.80 லட்சம் கோடியாக உயர்ந்துள்ளது.

(குறிப்பு : Forbes Magazine)

ஒன்றா இரண்டா? சமத்துவமின்மையால் பிடி இல்லாத பட்டத்தைப் போன்று நம் இந்தியா திண்டாடுகிறது! நிலைமை இப்படி இருந்தும் சொத்து இருக்கும் நபர்களுக்கு மொத்த சலுகை தள்ளுபடி, வரிவிலக்கு அவர்கள் கொடுக்க வேண்டிய ஆயிரம்கோடி கடனை *write off* செய்து, திரும்பி வராத கடன் பின்னால் வருமென்று அதன் கணக்கு வழக்குகளைத் தள்ளிப் போட்டு மீண்டும் அவர்களுக்குக் கடன் கொடுப்பதற்கு மட்டும்தான் இந்த அரசு இருக்கிறதென்னவோ என்று தோன்றுகிறது. ஏழைகளின் எண்ணிக்கை நாளுக்குநாள் ஏறிக்கொண்டே போகிறது. இந்த அரசு யாருக்காக இருக்கிறது? மொத்த இந்தியர்களும் தவிக்கும்படி ஆகிருக்கிறது.

என்ன நடந்து கொண்டிருந்தாலும் சரி, மக்கள் பிரச்சனைகளால் அவதிப்பட்டுக் கொண்டிருந்தாலும் சரி, நாடே துண்டு துண்டாய் உடைந்து போனாலும் சரி, இந்திய அரசமைப்புச் சட்டத்தின் விதிமுறைகளுக்கு வெளியே இருக்கும் அமைப்பின் கட்டுப்பாட்டில் இருக்கும் பாஜக தேசப்பற்று மந்திரத்தை போதித்துக்கொண்டே இருக்கும். அது எடுக்கும் முடிவுகள், மாற்றப்படும் சட்டங்கள் அனைத்திலும் சதுர்வர்ண நெறிமுறைகள், மனுநீதியைப் புகுத்தல், இந்திய அரசமைப்புச் சட்டத்தை அழித்தல், கிருஸ்த்துவ - இசுலாமிய வெறுப்பு இவற்றுடன் ஆரிய பெருமிதம் இவை இருந்தே ஆகவேண்டும். நாம் தேடிச் சென்றால் இவற்றை எங்கெங்கும் காணலாம். தற்போது கர்நாடகத்தில் கொண்டு வந்திருக்கும் "மதச் சுதந்திர உரிமைக் காப்புச் சட்டம்" பார்ப்பதற்கு இது ஒரு வெறும் சட்டம் என்று தோன்றும். இதன் குடலை உருவிப் பார்த்தால் உள்ளே இந்திய அரசமைப்புச் சட்டத்தின் சிதைவு மற்றும் மனுநீதி நிறுவுதலைக் காண முடியும். இந்திய அரசமைப்புச் சட்டத்திலிருக்கும் சுதந்திரத்தைப் பற்றி நாம் எல்லோருமே பேசுகிறோம், ஆனால் ஆர் எஸ் எஸ் ஸிற்கு சுதந்திரத்தின் பொருளே வேறு. ஆர் எஸ் எஸ் ஸின் குரு கோல்வால்கர் "நம் தேசிய வாழ்வு முறை என்றால் நம் மதம் மற்றும் கலாச்சாரங்களை காப்பாற்றி பிரசுரப்படுத்துவதே, சுதந்திரத்தின் அடையாளத்திற்கு மையப்புள்ளி என்பது நம் பாரம்பரிய வரலாற்றுச் சிறப்புமிக்க ஞானம்" என்று தம் "சிந்தன கங்கா" நூலில் கூறுகிறார்.

ஆர் எஸ் எஸ் ஸின் சந்ததியான பாஜகவிற்கு அவர்களின் ஆசான் கோல்வால்கர் சொற்கள்தான் அரசமைப்புச் சட்டம். எல்லையற்ற பன்முக இந்து இனத்தில் இந்த சதுர்வர்ண இந்துத்துவா ஒரு சின்னஞ்சிறு குழு என்பதை நாம் அறிய வேண்டும் மற்றும் இந்தச் சிறு இனம் கூறுவதே மதம் என்றாகி விட்டால் அது தர்மமா? அதர்மமா? என்பதை நாம் கேள்வி கேட்க வேண்டும். ஆர் எஸ் எஸ் கூறும் "இந்து மதம்" என்பதை இனிமேலாவது நாம் "சதுர்வர்ண மதம்" என்று உரக்கச் சொல்ல வேண்டியிருக்கும்; கோல்வால்கருடைய சதுர்வர்ண நடைமுறையே மதமானால் இந்திய அரசமைப்புச் சட்டம் தந்திருக்கும் கருத்துச் சுதந்திரம், மதச் சுதந்திரம் இவற்றின் நிலை என்னவாகும்? இதுமட்டுமின்றி, சதுர்வர்ண சமூக அமைப்பில் இந்தியாவின் பெரும்பான்மை சூத்திரர் என்றழைக்கப்படுவோர் மீண்டும் சூத்திர அடிமைகளாய்

ஆக வேண்டுமா? நாம் இதை உடனே கவனத்தில் எடுத்துக் கொள்ள வேண்டும்.

கோல்வால்கர் தம் "சிந்தன கங்கா" நூலில் அரசமைப்புச் சட்டத்திலிருக்கும் ஒன்றிய அமைப்பைக் குழித் தோண்டி புதைக்க வேண்டும் என்கிறார். ஆர் எஸ் எஸ் சந்ததியான பாஜக ஆட்சி ஒன்றிய தேசிய அமைப்பை ஒரே அடியில் புதைத்து விட்டது. – ஜி.எஸ்.டி கொண்டு வருவதன் மூலம். மேற்பார்வைக்கு ஜி.எஸ். டி ஒரு பொருளாதார சீரமைப்புத் திட்டம் என்பது போல் தோற்றமளிக்கும். ஆனால் அதன் விளைவு? ஒன்றிய அமைப்பின் மாநிலங்கள் ஜி.எஸ்டியை ஏற்றுக்கொண்டு தம் குடுமியை ஒன்றியத்திற்கு கொடுத்தது போல் ஆயிற்று! மாநிலங்கள் தம் செல்வத்தை ஒன்றியத்தின் காலடியில் வைத்து தாமே பிச்சை கேட்கும் நிலைமை இப்பொழுது உருவாகியுள்ளது. இவ்வாறு ஒன்றியத்தின் பாஜக அரசு ஒன்றிய அமைப்பைத் தகர்த்து வீசி தன் குரு கோல்வால்கருக்கு குருதட்சணை கொடுத்துள்ளது. இந்திய அரசமைப்புச் சட்டத்தின் வெகுமுக்கிய காரணியான ஒன்றிய அமைப்பின் உயிர்நாடியை துண்டிப்பதினூடே அதை வெற்றிகரமாக நிறைவேற்றிக் கொண்டிருக்கிறார்கள். இந்தியாவில் தற்போது "மாநிலங்களின் ஒன்றியம்" என்பது தகர்ந்து "வலிமையான மத்திய அரசு" வளர்ந்து வருகிறது. இது போன்ற, சமஸ்கிருதத்தை இணைப்பு மொழியாக்கும் இலக்கை அடைய முதற்கட்டமாய் இந்தியை இணைப்பு மொழியாய் மாற்றும் சதி தயார் நிலையில் உள்ளது. இது ஒற்றை நாடு, ஒற்றை மொழி, ஒற்றை இனப்பெருமை, ஒற்றைத் தலைமை, முதலிய பன்முக எதிரி ஆர் எஸ் எஸ் இடன் அஜெண்டாவின் (இரகசியத் திட்டம்) ஒரொரு படிகள்.

இனி கல்விக்கு வந்தால் இங்கும் அதே நிலைதான். ஆர் எஸ் எஸ் முதலில் கை வைப்பதே கல்வி மற்றும் வரலாறுகளின் குரல்வளைக்கு. இவர்களின் வெறுப்பு எப்படிப்பட்டதென்றால், எடுத்துக்காட்டாக, 6ஆம் வகுப்பு பாடப்புத்தகத்தில் "திப்பு சுல்தான் ஆங்கிலேயர்களுக்கு எதிராக பல போராட்டங்களை நடத்தினான். பிரெஞ்சு நாட்டவருடன் ஒப்பந்தம் செய்து, ஆங்கிலேயர்களை நாட்டிலிருந்து வெளியேற்ற வேண்டும் என திப்பு விரும்பினான்" எனும் சங்கதி முற்றிலும் நீக்கப்பட்டன. அதே போல் பட்டு வளர்ப்பு, வேளாண்மை, நிலச்சீர்திருத்தம், உழுவர்களுக்கு தவணை முறையில் கடன் கொடுத்தது, நாணய

சாலை தொடக்கம் என்கிற திப்பு சுல்தான் செய்த பல பணிகளின் விவரங்கள் யாவும் பாடப்புத்தகத்தில் இருந்து நீக்கப்பட்டன. இதே போன்று ஆறாம் வகுப்பு பாடப்புத்தகத்தில் "புதிய மதங்களின் உதயம்" என்கிற தலைப்பிலிருந்த சமணம், பௌத்தம் ஆகியவற்றை மதம் என்றழைக்கப்படுவதை தாங்க முடியாமல், கர்நாடக அரசு தற்போது 8ஆம் வகுப்பு பாடப் புத்தகத்தில் சமணம் மற்றும் பௌத்தம் மத வழிகளென்று குறிப்பிட்டுள்ளது. இந்திய மண்ணின் உண்மையான மதங்களான சமணம், பௌத்தம், சீக்கியம், லிங்காயத மதங்கள் இந்த கொச்சையான சதுர்வர்ண இந்து மதத்திற்கு கடும் பிரச்சினையாயுள்ளன. இந்தியாவிலிருக்கும் சதுர்வர்ணத்தை நிராகரிக்கும் உண்மை மதங்களான இவற்றை இல்லாமலாக்க ஆர் எஸ் எஸ் முயற்சித்துக் கொண்டே இருக்கிறது.

இது தற்போதுதான் நடக்கும் சங்கதியில்லை. 1998இல் பாஜக முன்னணியில் ஒன்றிய அரசின் மனித வள மேம்பாட்டுத்துறை அமைச்சராக இருந்த முரளி மனோகர் ஜோஷி கல்வியில் "புரோகிதம் மற்றும் சடங்கு" விடயத்தை பாடப்புத்தகத்தில் சேர்த்து அமல்படுத்தினார். இவருடைய காலத்தில்தான் அறிவியல் பாடங்களுக்குப் பதிலாக ஜோதிடத்தை கற்பிக்கும் பாடங்கள் தொடங்கப்பட்டன.

"ஆண் குழந்தை பெற புத்திர காமேஷ்டி யாகம் நடத்துவதெப்படி என்று கற்றுக் கொடுக்கப்பட்டது. இதன் பொருள் மாணவர்களின் மண்டையில் கருத்து சிந்தனைகளில்லாத நம்பிக்கைகளை மற்றும் மடத்தனங்களை புகுத்துகிறார்கள். ஆர் எஸ் எஸ் நிகழ்ச்சிகளில் பங்குபெறும் குழந்தைகளுக்குப் பகுத்தறிவு திறன் தேவையில்லையெனும் கோல்வால்கர் சொல்படி, அதிகாரம் கிடைத்தபோது கல்வியையும் மாற்றத் தொடங்கியுள்ளனர்.

சமீபத்தில், சிபிஎஸ்இ பாடத்திட்டத்தில் பல பாடத் தலைப்புகள் நீக்கப்பட்டன. அதில் பத்தாம் வகுப்பு பாடப்புத்தகத்திலிருந்து மக்களாட்சி மற்றும் பன்முகத்தன்மை, வேளாண்மை மேல் உலகமயமாக்கலின் தாக்கம், புகழ்பெற்ற பேரியக்கங்கள், வகுப்புவாதம் போன்ற பல பாடங்கள் நீக்கப்பட்டுள்ளன. இவ்வாறு நீக்குவதற்கென ஆர் எஸ் எஸ் புதியதோர் சந்ததியைத் தொடங்கியுள்ளது. அதன் பெயர் "சிக்ஷா சமஸ்கிருதி உத்தான் நியாஸ்." "1984இல் நடந்த சீக்கிய கலவரத்தைக் குறித்து முன்னாள் பிரதமர் மன்மோகன் சிங்

மன்னிப்புக் கேட்டதையும் 2002இல் குஜராத் கலவரத்தில் ஏறத்தாழ இரண்டாயிரம் இசுலாமியர்கள் கொல்லப்பட்டார்கள்" எனும் வாக்கியங்களை எடுக்க வேண்டுமென இந்த அமைப்பு என்சிஆர்டியை வலியுறுத்திக்கொண்டே இருக்கிறது. இதுதான் இவர்களின் போக்கு. கண்ணெதிரில் நடந்தவையே காணாமலாக்கும் இவர்கள் இனி காணாத கடந்த காலத்தை என்னென்ன செய்யப் போகிறார்களோ?

நம் நாட்டின் சுதந்திர போராட்டத்திலிருந்து விலகி நின்றிருந்த ஆர் எஸ் எஸ் நிறுவனர் ஹெட்கேவர் அவரையும், ஆங்கிலேயர்களுக்கு மன்னிப்புக் கடிதம் எழுதிக் கொடுத்த, இன்று "வீரன்" பட்டத்திலிருக்கும் வி.டி.சாவர்க்கர் அவரையும், இந்தியாவிற்குச் சுதந்திரம் பெற்றுத் தந்தவர்களென்று வரும் நாட்களில் பாடப்புத்தகங்களில் வாசிக்க நேரிடும். அவ்வளவு ஏன், மகாத்மா காந்தியை கொன்ற கோட்சையை "இந்து மத இரட்சகன்" என்கிற புராணமும் தோன்றலாம். ஆர் எஸ் எஸ் என்ன வேண்டுமானாலும் உருவாக்கும்!

எவ்வளவுதான் சொல்வது? ஆர் எஸ் எஸ் ஸின் ஆரியப் பெருமை கொடுமையை என்னவென்று கூறுவது? ஆதிவாசி, பழங்குடியினர் என்றெல்லாம் அழைக்கப்படும் பெயர்களை அழித்து "வனவாசி" என்னும் பெயரை நடைமுறைக்குக் கொண்டுவரப்படுகிறது. பழங்குடியினரிலிருந்து எல்லாவற்றையும் பிடுங்கிக்கொண்ட பாரம்பரியம் அவர்களின் பெயரையும் அழிக்கப் பார்க்கிறது. காரணம் இவ்வளவுதான்: பழங்குடியினர் என்று நடைமுறையில் இருக்கும் வரையில் இவர்களுக்கு தாம் இந்து (சிந்து) ஸ்தானத்திற்கு அந்நியர்களென்று உறுத்திக்கொண்டே இருக்கும். இதற்குச் சரியாக, ராக்கி கடியில் நடந்த டின்ஏ ஆராய்ச்சியில், ஹரப்பா நாகரீகத்தின் மிகப்பழமையான படிமத்தின் வம்சா வழிகளுக்குள் இந்த ஆரிய அல்லது பிராமண வம்சாவழியினர் இல்லை என்பது உலகமறிந்த உண்மை. இதைக் கேட்டு சீறிய ஆர் எஸ் எஸ் ஸின் "சிந்து நாகரிகம்" என்பதற்குப் பதிலாக "சரஸ்வதி நாகரிகம்" என்று நடைமுறைப்படுத்த முயல்கிறது. சரி, ஆரியர்கள் வெளியிலிருந்து வந்தவர்கள் என்று கூறினால்தான் என்ன? இந்தியா தன் மண்ணில் பிறந்த சிசுக்கள் அனைத்தையும் தன் தன் பிள்ளைகளென்று அணைத்துக் கொள்ளும். இந்தியாவில் திராவிட, ஆரியன், கிருஸ்த்துவ, இசுலாமிய என்று பிரிக்க முடியாத அளவுக்குக் குருதி கலந்து ஒன்றாய் திகழ்கிறது.

இப்படியிருக்கும் பொழுது ஆர் எஸ் எஸ் நிம்மதியாய் இருக்க முடியுமா? நிகழ்காலத்தில் வாழ என்ன பிரச்சனை? ஆரியப் பெருமை நோயில் விழுந்து திணறும் ஆர் எஸ் எஸ் ஒரு மனநோயாளி என்றே தோன்றுகிறது.

மேலும் கூற வேண்டுமெனில், ஹிஜாப், ஹலால் கறி விற்பனையை நிறுத்தல், அசான் (பாங்கு: தொழுகை அழைப்பு) என்று சில பிரச்சனைகளை எழுப்பிக் கலவரம் செய்யும் ஸ்ரீராமசேனை, பஜ்ரங் தளங்களிலிருக்கும் இளைஞர்கள் யார்? அவர்கள் எல்லோரும் பின் தங்கிய சமுதாயத்தைச் சேர்ந்தவர்கள் தானே? இந்த இளைஞர்களின் ஆற்றலுக்கு வேலைவாய்ப்பு கொடுத்து நாட்டை வளர்ச்சிப் பாதையில் கொண்டு போகலாமே? ஆர் எஸ் எஸ் சந்ததி பாஜக அரசுக்கு இவையாவும் தேவையில்லை. ஆர் எஸ் எஸ் பாஜகவிற்கு முன்னாள் சூத்திரர்கள் அடிமைகளாய்தான் இருக்கவேண்டும்; குழப்பத்திலேயே சதா தவிக்கவேண்டும், இந்த சதுர்வர்ண நடைமுறைகள் சத்தமின்றி இங்கு நடைமுறைக்கு வந்து கொண்டிருக்கிறது. இதே போன்று ஒப்பந்தத் தொழிலாளர்களின் கதியும். அப்படியே நிலச்சீர்திருத்தல் திட்டத்தின் "உழுவன் தான் உரிமையாளன்" எனும் சட்டத்தை நீக்கி மீண்டும் சொத்தில்லா சூத்திர அடிமை முறை நடைமுறைக்கு வருவது போல்தான் தோன்றுகிறது. அரசு இலாக்காக்களில் காலியாக இருக்கும் பதவிகளுக்குப் புதியதாக ஆட்களை நியமிக்காமல், பேக்லாக் வேலைகள் (ஒதுக்கி வைக்கப்பட்டிருக்கும்) பதவிகளுக்கு அழைப்பு விடாமல், வேலைவாய்ப்புகளில் இடஒதுக்கீடு தராத தனியார் அமைப்புகளின் வாயில் அவை போடப்படுகின்றன.

இது இடஒதுக்கீடு பெறும் வர்க்கங்களை வேலையின்மைக்குள் தள்ளி மீண்டும் அடிமைத்தனத்திற்குள் கொண்டு வருவது தானே? தொழிலாளர்களின் உரிமைகளை குறுக்கி ஒன்றிய அரசு அவர்கள் வாழ்க்கையைத் துண்டாக்குவதிலும் இதைத்தான் காண்கிறோம். ஆராய்ச்சி நிறுவனமான செண்டர் ஃபார் மானிடரிங் இந்தியன் எக்கானமி (CMIE)யின் தகவலின்படி 2017 மற்றும் 2022 இடையில் ஏறத்தாழ இரண்டு கோடிக்கும் மேல் பெண்கள் தொழிலாளர் பணிகளிலிருந்து காணாமல் போயிருக்கிறார்களென்று அறிவித்துள்ளது. இது இயல்பாகவே நேர்ந்ததா அல்லது ஆர் எஸ் எஸ் ஸின் "ஹிடன் அஜெண்டாவின்படி பெண்கள் வீட்டிலிருக்க வேண்டும்" எனும் சூழ்ச்சியின் பாகமா? இக்கேள்விகள், சந்தேகங்கள் எழுகின்றன.

இவற்றுடன், கல்வியை தனியார்மயமாக்கிக்கொண்டு பொதுக் கல்வியை பலவீனமாக்குகிறார்கள். இதனால் மொத்த கிராம மக்களின் அதிலும் பெண்களின் கல்வி மறைந்து போய்க்கொண்டிருக்கிறது. குழந்தைகளின் கல்வியிலும் ஓரவஞ்சகமும் செய்யப்படுகிறது. இவையெல்லாம் எங்கு வந்து நிற்குமென்றால், கடந்த காலத்தில் இங்கிருந்த சதுர்வர்ண முறையில் சூத்திரருக்கு கல்வி தடைசெய்யப்பட்டிருந்ததே அங்கு வந்து நிற்கும். தெரிந்தது இவ்வளவு, தெரியாதது எவ்வளவோ?

இதற்கு நாம் என்ன செய்ய வேண்டும்? எவ்வாறு இதை எதிர்கொள்வது? இதுதான் என்று கூறும் பதில்கள் இதற்கு இருக்கிறதா? ஊருக்குள் திருடர்கள் புகுந்திருக்கிறார்கள். என்ன செய்ய? எவ்வாறு அவர்களைத் தடுப்பது? சில வருடங்களுக்கு முன்பு கிராமங்களில் திருடர்களைத் தடுக்க எல்லோரும் இரவுகளில் தூங்காமல் விழித்திருப்பார்கள். இளைஞர்கள் வீதி வீதிகளில் காவல் காப்பார்கள். பெண்கள் மிளகாய் தூள் வைத்து காத்திருப்பார்கள். இந்த எச்சரிக்கைதான் நமக்கு இப்போது தேவை. திருடர்கள் விதவித வேடங்களில் வரலாம். கோயில் கட்ட, புண்ணியார்ச்சனை என்று வரலாம். பொய் கதைகளை பரப்பலாம், பஜனை செய்ய வைக்கலாம்... மக்கள் எந்த விடயத்திற்கு அதிகம் உணர்ச்சி வசப்படுகிறார்களோ அவற்றால் மக்களை தூண்டிவிட்டு மீன் பிடிப்பது போல் சமுதாயங்களையே பிடிக்கலாம். இதிலிருந்து தப்பித்துக்கொள்ள, முதலில் அவர்களின் வஞ்சகத்தை அறிய வேண்டும். அனைவரும் விழிப்புணர்ச்சியோடு இருக்க வேண்டும்.

ஆங்காங்கு இருக்கும் அறிவுத்திறமை வாய்ந்த, விவேகமுள்ள எல்லோரும் இப்பொழுதாவது சரி தவறுகளை உரத்துப் பேச வேண்டும். அன்பு, நியாயம், சகிப்புத்தன்மை எனும் மனித நேய பேச்சுக்கள் சமூகத்திற்குள்ளிருந்தே எழ வேண்டும்.

4

இந்தப் பின்னணியில் மதமாற்றத் தடை
சட்டத்தின் மர்மம்

கர்நாடக அரசு சமீபத்தில் "கர்நாடக மதச் சுதந்திர உரிமை பாதுகாப்பு மசோதா 2021" எனும் மசோதாவை சட்டமன்றத்தில் வைத்து அவசர அவசரமாக அரசாணை (Ordinance-) பிறப்பித்து மந்திரிசபையில் ஒப்புதல் அளித்து ஆளுநர் கையொப்பத்தையும் பெற்று இப்போது அது சட்டமாகியுள்ளது. இந்தச் சட்டத்திற்கு மதந் சுதந்திர உரிமை பாதுகாப்பு எனும் பெயருள்ளது. ஆனால் இதன் உள்ளே நுழைந்து பார்ப்போமேயானால், இதனுள் மதமாற்றத்திற்கு தடுத்தல்தான் உள்ளது. இச்சட்டத்தில் மதமும் இல்லை, சுதந்திரமும் இல்லை, உரிமை, பாதுகாப்பு எதுவும் இல்லை "முக்தி (-மோட்சம்)" பெயரில் "கொல்லும்" செயல்தான் இங்கு நடந்திருக்கிறது. அதற்காகத்தான் இந்த "மதச் சுதந்திர உரிமைப் பாதுகாப்பு" சட்டத்தின் உட்குறிப்புக்கு இணையாக இதை எல்லோரும் "மதமாற்றத்தடை சட்டம்" என்றே அழைக்கிறார்கள்.

இந்திய வரலாற்றில் எங்கும் எந்த பாளையக்காரர்களோ, அரசர்களோ அல்லது மாமன்னர்களோ ஆகட்டும் யாரும் மதமாற்றத் தடைச் சட்டத்தைக் கொண்டு வரவில்லையென்றே எண்ணுகிறேன். அனைத்து மதம், மதப் பிரிவு, ஆன்மீக பரிசோதனைகளின் நிலம் இந்தியா. இதுதான் இந்தியாவின் கலாச்சாரம், இதுதான் இந்தியாவின் மரபு. இதைத்தான் நாம் "பாரதீயம்" என்கிறோம். வரலாற்றாசிரியர்கள் "போர் திருமண உறவுகளில் முடிவுக்கு வருகிறது" என்பார்கள். அவ்வளவு ஏன், இந்தியாவின் புராணங்களிலும் கூட தெய்வங்கள் போர் செய்து வென்று தோற்று முடிவில் திருமண உறவுகளை வளர்த்துக்கொண்டு கலந்து ஒன்றாய் வாழ்ந்து கொண்டிருக்கிறார்கள். ஆனால் இந்தத் "தெய்வ பக்தர்"களென்று அழைக்கப்படும் மனிதர்கள் மட்டும் வெறுப்பு, சகிப்பின்மை, சாதிமத அடிப்படைவாதம், மேல்-கீழ் எனும் சாக்கடையிலேயே வாழ்கிறார்கள். சதுர்வர்ண சாம்ராஜ்ஜியத்தை

நிறுவும் இலக்கை சென்றடைய ஒரே மூச்சில் உழைத்துக் கொண்டிருக்கும் - ஆர் எஸ் எஸ் விருப்பத்தை தன்னுள் பதுக்கி வைத்து கொண்டிருக்கும் - மக்களால் தேர்ந்தெடுக்கப்பட்ட பாஜக அரசு கடந்த கால நிலைமையை நோக்கி செயல்படுகிறது. அந்தக் கடந்த கால வஞ்சகத்தில் இதுவும் ஒன்று.

இப்போது, இந்த மதச் சுதந்திர உரிமைப் பாதுகாப்பு என்ற பெயரில் செயல்படுத்தப்பட்டிருக்கும் சட்டத்தில் அரசு என்னென்ன செய்திருக்கிறென்றால் மதம் மாறும் விருப்பமுள்ள நபர் ஏழெட்டு ஆற்றை தாண்ட வேண்டும். மதம் மாற விரும்புவர்கள் முப்பது நாட்களுக்கு முன்பே மாவட்ட ஆட்சியரிடம் விண்ணப்பம் 1ல் தன் விருப்பத்தை வெளிப்படுத்துனுமாம். அதே வேளையில் மதமாற்றும் சடங்குகளை நிறைவேற்றும் மதகுருக்கள் விண்ணப்பம் 11ல் நோட்டிஸ் கொடுக்க வேண்டுமாம். பிறகு ஆட்சேபணைகளுக்கு அவகாசம் கொடுக்கப்படுமாம். யாராவது உறவினர்கள், நண்பர்கள், சக ஊழியர்கள், அண்டை வீட்டார் ஆட்சேபணை கொடுக்கலாம். இதென்ன கூத்து? பலவந்தமாக, ஆசை காண்பித்து மதமாற்றம் செய்திருந்த பட்சத்தில் யார் ஆட்சேபணை கொடுக்க வேண்டும்? யார் மதமாறினார்களோ அவர்கள் தானே? இந்த அரசு மக்களின் வாழ்க்கையோடும் இந்திய அரசமைப்புச் சட்டத்தோடும் விளையாடுகிறதா என்ன?

இதோடு, இச்சட்டத்தில் மதமாற்றும் நபர்களுக்கு கொடுக்கும் தண்டனையைக் கேட்டால் யாரும் மதம் மாற்ற முன் வர மாட்டார்கள். சுயவிருப்பத்தில் மதம் மாறினாலும் அதைத் தவறாக சித்தரித்து கட்டாயப்படுத்துதல், மோசடி, ஆசை காண்பித்து மதமாற்றம் செய்துள்ளார்களென்று குற்றச்சாட்டு வைத்து அவை அனைத்தையும் மத மாற்றியவர்களின் மேல் சுமத்தி அவர்களுக்கு சித்திரவதை கொடுக்கும் வாய்ப்புகளே அதிகம். நிலைமை இப்படி இருக்கும்பொழுது சுய விருப்பத்தினால் ஒருவர் மதம் மாறுவது எவ்வாறு? இருக்கும் ஒரே வழியென்றால் சுய விருப்பத்தால் மதம் மாற விரும்புவர்கள் மாவட்ட ஆட்சியாளருக்கு விண்ணப்பம் -1ல் வேண்டுகோளிட்டு "நீங்கள் தான் என் மத மாற்றத்திற்கு ஏற்பாடு செய்ய வேண்டும்" என்று வலியுறுத்துவதுதான் தற்போதைய தீர்வு.

இந்த மதமாற்றத் தடை சட்டத்தில் மன நோய்வாய்ப்பட்டவர்கள், சிறார்களுக்கு மதமாற்றத் தடை கொண்டு வந்திருந்தால் புரிந்து கொள்ளலாம். ஆனால் இச்சட்டத்தில் பெண்கள் மற்றும் தலித்துகள் மதம் மாறினால் அவர்களை இந்த அரசு கருதுவதை

பார்த்தால் அது பெண்களின், தலித்துக்களின் சுயமரியாதைக்கு அச்சுறுத்தல் தரும் போலிருக்கிறது. பெண்கள் மற்றும் தலித்துக்களை மதம் மாற்றும் நபர்களுக்கு கொடுக்கும் தண்டனையைப் பார்த்தால் அது தெளிவாகும். பெண்கள் தலித்துக்கள் மனநோய்வாய்ப்பட்டவர்களா? சிறார்களா? என்னதான் நினைக்கிறது இந்த அரசு? பெண்கள் தலித்துக்களென்றால் அறிவுத் திறமையற்றவர்கள், சிறார்கள், சுய புத்தி இல்லாதவர்கள், இவர்களுக்கு முடிவெடுக்கும் திறனில்லை என்றே இந்த அரசு நினைக்கிறது. ஆனால், இச்சட்டத்தை செயல்படுத்திய இந்த அரசு ஒன்றை நினைவில் வைத்துக்கொள்ள வேண்டும். பெரும்பான்மையான பெண்கள், தலித்துக்களின் வாக்குகளால் தான் இவர்கள் சட்டமன்ற உறுப்பினராகவோ, ஆளும் கட்சியாகவோ இருக்கிறார்கள் என்பதை நினைவில் வைத்துக் கொள்ள வேண்டும். ஆனால் இந்த நன்றி கெட்டவர்கள் செய்தது என்ன? தம்மை தேர்ந்தெடுத்தவர்களையே பாகுபாடு செய்து அவர்களை இரண்டாம் தர குடிமக்களாக்கி அவமானப்படுத்தியுள்ளனர். இவ்வாறு அவமானப்படுத்தியவர்களை வரும் தேர்தல்களில் அடிமட்டமாக்குவதன் மூலம் பெண்களும் தலித்துக்களும் தமக்கு நேர்ந்திருக்கும் களங்கத்திலிருந்து வெளியில் வரவேண்டும். இந்த சட்டமன்ற உறுப்பினர்களுக்கு கொஞ்சம் அறிவு கொடுத்து, சுயத்தை வளர்த்துக்கொள்ள உதவ வேண்டும். சுயமாக முடிவு எடுக்கும் ஆற்றலை அவர்களுக்குக் கொடுக்க வேண்டியிருக்கும். இந்த சிறார்களை முதிர்ந்தவர்களாக்க வேண்டும். சட்டமன்றத்தில் ஒரு கேள்வியும் கேட்காத, கைதூக்கி விவாதங்களில் பங்கு பெறாத இந்த உறுப்பினர்களை பெண்களும் தலித்துக்களும் வெறுத்து ஒதுக்க வேண்டும்.

இந்த அரசு என்ன செய்யப் போகிறது? வெளியில் மதச் சுதந்திர உரிமை என்று சொல்லிக்கொண்டு செயலில் மதமாற்றத்தை தடை செய்து, ஒரே அடியில் இந்திய அரசமைப்புச் சட்டம் கொடுத்திருக்கும் தனிமனித சுதந்திரத்தின் காலை உடைத்து விட்டார்கள். இதோடு அரசமைப்புச் சட்டம் தந்திருக்கும் "மனசாட்சியின்படி எந்த மதத்தையாவது சார்ந்து பின்பற்றி, பிரச்சாரம் செய்யும் மதச் சுதந்திர"த்தின் குரல்வளையை நெறிக்கிறார்கள். பெண்கள், தலித்துகளை இரண்டாம் தர குடிமக்களாய் அவமானப்படுத்தியுள்ளார்கள்.

மதமாற்றத் தடை சட்டத்தை ஒட்டி சட்டமன்றத்தில் ஒரு கேலிக் கூத்தும் நடந்தது. சட்டமன்றத்தில் சில வருடங்களுக்கு முன்பு மேல் சட்டையைக் கழற்றி கலவரம் செய்த "புகழுக்கு" உள்ளான பாஜகவின் சட்டமன்ற உறுப்பினர் கூளிஹட்டி சேகர் தன் தாயார் கிருஸ்த்துவ மதத்திற்கு மாறியதை சட்டமன்றத்தில் விளக்குகிறார். அந்த வயோதிக தயார் ஏன் கிருஸ்த்துவிடம் தஞ்சமடைந்தார் என்னும் கேள்வி அங்கிருந்த யாருக்கும் எழவில்லை. தன் பிள்ளை கூளிஹட்டி சேகரின் அரசியல் சேட்டைகளைக் கண்டு நொந்து ஆறுதலுக்காக அந்த அன்னையார் கிருஸ்த்துவை நோக்கி சென்றிருக்கலாமே? யாரும் அவரை புரிந்துகொள்ளவில்லை. அந்த அன்னைக்கு அரசமைப்புச் சட்டம் கொடுத்திருக்கும் தன் மனசாட்சியின்படி எந்த மதத்தை வேண்டுமானாலும் அணுகி, சார்ந்து, அதன்படி வாழ்ந்து பிரச்சாரம் செய்யும் மதச் சுதந்திர உரிமை" இல்லையா? நம் சட்டமன்ற உறுப்பினர்கள் யார் ஒருவரும் இதைக் கண்டுகொள்ளவே இல்லை. இப்பொழுது செயல்படுத்தப்பட்டிருக்கும் சட்டத்தில் மனுநீதியின் "திருமணத்திற்கு முன் தந்தையின் கீழ், திருமணத்திற்குப் பிறகு கணவரின் கீழ், விதவையானால் மகனுக்கு கீழ்" எனும் பெண்ணின் கடந்த நிலைமையின் வாடை இங்கு அடிக்கிறது. மொத்தத்தில் இங்கு நடந்திருப்பது "அரசமைப்புச் சட்டத்தின் படுகொலை" மற்றும் மனுநீதியின் செயலாக்கம்.

இனி, (EWS) இட ஒதுக்கீட்டைப் பார்ப்போம். இன்னொரு வழியில் இங்கும் இந்திய அரசமைப்புச் சட்டத்தின் படுகொலை மற்றும் மனுநீதியின் செயலாக்கம் இரண்டும் அடுத்தடுத்து நிகழ்ந்திருப்பதை நாம் காணலாம். சமூகநீதியின் கருத்தாக்கமான இட ஒதுக்கீட்டுக்கு சமூக ரீதியாகப் பிற்படுத்தப்பட்ட, கல்வியில் பிற்பட்டதோடு வேலைவாய்ப்பில், கல்வியில் பிரதிநிதித்துவம் இல்லாத குறைபாடு – இவைதான் அளவீடாக இருந்தன. இதிலொரு நீதியிருந்தது, வரலாறிருந்தது. ஆனால் ஆர் எஸ் எஸ் ஸின் சந்ததியான, பாஜகவின் ஒற்றைத் தலைமை பிரதமர் மோடி ஒரே வீச்சில் EWS, என்றால் பொருளாதாரத்தில் நலிந்த பிரிவினருக்கு 10% இடஒதுக்கீட்டை செயல்படுத்தி விட்டார். இதனால் இடஒதுக்கீட்டிற்கு இருந்த சமூக "நீதி" கருத்தாக்கம் முடிவுக்கு வந்துவிட்டது. அதற்கிருந்த பண்பும் நாசமாயிற்று.

கொஞ்சம் பின்னே சென்றோமேயானால் இவர்களின் முரண் தெரியவரும். பிற்படுத்தப்பட்ட சாதிகளுக்கு இடஒதுக்கீடு வழங்கும் மண்டல் ஆணைக்குழுவை எதிர்த்து நடந்த தீவிர ஆர்ப்பாட்டங்களில் ஆர் எஸ் எஸ் கிளப்பி விட்ட குழுக்கள்தான் முன்னணியில் இருந்தன. அப்பொழுது ஒரு உயிரும் பலி போனது. இந்தப் பின்னணியிருக்கும் பாஜாகவின் மோடி பிரதமரான பிறகு EWSக்கு இடஒதுக்கீடு வழங்குவதனூடே நம் அரசமைப்புச் சட்டத்திற்கு உள் காயம் ஏற்படுத்தி விட்டார். இவர்களின் இலக்கு இதுதான்: தற்போதிருக்கும் நம் அரசமைப்புச் சட்டம் இருந்தாலும் ஒன்றுதான், இல்லையென்றாலும் ஒன்றுதான் என்று செயலிழக்க வைப்பது. அதற்காக எந்த வர்க்கத்தினர் மற்றவர்களை விட சமூகத்தில் முன்னேறியுள்ளார்களோ, கல்வி வேலைவாய்ப்பில் அதிகம் பிரதிநிதித்துவம் கிடைத்துள்ளதோ, அவ்வாறான EWS வர்க்கத்தினர் நாட்டின் மக்கள் தொகையில் வெறும் 5% இருந்தாலும் அவர்களுக்கு 10% இடஒதுக்கீடு கொடுப்பதன் மூலம் வாய்ப்பு அதிகம் உள்ளவர்களுக்கே மீண்டும் கூடுதல் வாய்ப்பினை வழங்கிவிட்டார் நம் பிரதமர் மோடி! இந்த EWS இடஒதுக்கீடு பரிசு மனுநீதியின் குறிக்கோளின்படி சமூகத்தின் மேல்தட்டு மக்களுக்கு கிடைக்கவேணும் எனும் நீதியை உயர்த்திப் பிடிக்கிறது. இதை அறிய நாம் ஆய்வு செய்யத் தேவையில்லை. அனைத்தும் பட்டவர்த்தனமாக தெரிகின்றன.

மனுநீதியை நிகழ்காலமாக்க இப்போது ஆர் எஸ் எஸ் மற்றும் அதன் கூட்டாளிகள் எப்படிப்பட்ட நிலைமையை உருவாக்கியிருக்கிறார்களென்றால், அரசின் இச்சட்டம் சரியில்லை என்று குரலெழுப்பினால், அவர்களைத் தேச துரோகி என்று ஆர் எஸ் எஸ் ஸின் மோகினி பேய்* கூட்டம் பீறிடுகிறது. இவ்வாறான நிலைமையில் இந்தியா நடுநடுங்குகிறது.

❑

★ மோகினிபேய் வீட்டிற்கு வந்து அழைக்கும்போது அதற்கு பதிலளித்தால், அவர்கள் ரத்தம் கக்கி இறந்து போவார்கள் என்பது நம் நாட்டார் நம்பிக்கை. அதற்காக "நாளைக்கு வா" என்று கதவில் எழுதி வைப்பார்கள்.

5

தற்போது...

நாம் என்ன செய்ய வேண்டும் இப்போது? அதற்கு முதல் ஒரு விடயத்தை நாம் கவனிக்க வேண்டும். சமத்துவமின்மை, பாகுபாடு நிரம்பிய சமூகத்தை உருவாக்கிக்கொண்டிருக்கும் ஆர் எஸ் எஸ் மற்றும் அதன் நூற்றியெட்டு சந்ததிகள் சிறிதளவும் பிளவில்லாமல் ஒற்றுமையாய் செயல்படுகின்றன. இதன் மர்மமென்ன? இதில் ஏதும் மர்மமில்லை. அவர்களிடம் இருப்பது அதே புளித்துப் போன ஐந்தாறு கடந்த காலத்தின் பிறபோக்கு நம்பிக்கைகள் : சதுர்வர்ணத்தின் இந்துத்துவ சமூகம், மனுநீதி, ஆரிய இனப்பெருமை, இந்திய அரசமைப்புச் சட்டத்தின் சிதைவு இவை மற்றும்தான். இந்த நான்கைந்து பழைய காலத்தின் பிற்போக்கு நம்பிக்கைகளை ஆர் எஸ் எஸ் மக்கள் மூச்சிலேயே அறுவை செய்து விடும். அதற்காக முதலில் யோசிக்கும் நம் திறனை நாசப்படுத்தும். இதை ஆர் எஸ் எஸ் குரு கோல்வால்கர் மிக துல்லியமாகக் கூறியிருக்கிறார். அறிவாற்றலற்ற மற்றும் கேள்விகள் கேட்கப்படாத அமைப்பொன்றின் கவர்ச்சிக்குள்ளாய் மேலிருந்து வரும் உத்தரவுகளுக்கு பணியும் நபர்கள் ”மந்தை”போல் நடந்து கொள்கிறார்கள்.

ஆனால் இன்னொரு புறம்? என்றால் சமூகத்தை முற்போக்கு வழியில் கொண்டுச் செல்லவேண்டுமென்றிருக்கும் பகுத்தறிவு, கோட்பாட்டியலான, கேள்வி கேட்ட பிறகுதான் நம்பும் பக்கம்? இவை புதிய கருத்துக்களை, சிந்தனைகளை உருவாக்கும் கூட்டம், முற்போக்கு சிந்தனையுள்ள இயக்கங்களுக்குள் பிளவு, சிதைவுகள் தொடர்ந்து நேர்ந்து கொண்டே இருக்கின்றன. சமூகத்தைப் பின் நோக்கி இழுத்துச் செல்லும் ஆர் எஸ் எஸ் கூட்டம் நாளுக்கு நாள் வலிமைக் கூடிக கொண்டே போகும் இந்த ஆபத்தான நாட்களில் உலகை முன்நோக்கி எடுத்துச் செல்ல விரும்பும் இயக்கம்\ அமைப்பு\ கட்சிகளின் மீது பெரிய பொறுப்பு இருக்கிறது. இதோடு இவர்களின் மேல் மற்றொரு பொறுப்பும்

உள்ளது. மிகப் பெரியதென்று பிரமைகளை உருவாக்கியிருக்கும் ஆனால், வாஸ்தவத்தில் சிறுபான்மையான பழைய பூதம் "இந்துத்துவாவின் சதுர்வர்ண"த்தை வலியுறுத்தும், இந்த சிறு இந்து மதக் கிளையையே மொத்த மதமென்று சித்திரிக்கும் ஆர் எஸ் எஸ் கும்பல்தான் நாட்டை பின் நோக்கி இழுத்துச் செல்கின்றன. அண்மையில், சிறார்களின் கால்களையும் பிசாசு கால்களைப் போல் பின்னுக்கு இழுத்து பின் நோக்கி செல்லும்படி செய்துள்ளது. பேய் நடை இவர்களது. இந்த பின் நோக்கி நடக்கும் கும்பல்களின் உண்மை முகத்தை உலகத்தின் முன் நோக்கி நடப்பவர்கள் எடுத்து கூறுவது இந்நேரத்தின் உடனடித் தேவை. இதற்காக முன் நோக்கி நகர்பவர்கள் விழித்திருக்க வேண்டும்.

ஆகையால், இந்தச் சமூகத்தை முன் நோக்கிக் கொண்டு போக உழைத்துக் கொண்டிருக்கும் இயக்கங்கள்\ அமைப்புகள்\ கட்சிகள் சின்னஞ்சிறு ஓடைகளைப் போன்று இருக்கும் தற்போதைய தம் நிலைக்கு அப்பால் சென்று ஆராய் பாய வேண்டியிருக்கும். அதற்காக, தாமே சிறந்தவர்கள் எனக் கூறும் நோயிலிருந்து விடுபட வேண்டும். அகங்காரத்தை விட்டு இலக்கை அடைய இங்கு நூற்றுக்கணக்கான வழிகளும் இருக்கக்கூடும் என்கிற அடக்கம் வர வேண்டியிருக்கிறது. தலைமையின் பிடிவாதத்தையும் கைவிடவேண்டும்.

நான்தான் இதைச்செய்ய வேண்டும், என் இயக்கம் தான் முன்னிலையில் இருக்க வேண்டும் என்கிற அல்பப் புத்திக்குப் பதிலாக பரந்த கூடுகையில், அரசமைப்புச் சட்டத்தின் நீடிப்பிற்காக, இந்தியாவின் உயிரான பன்முகத்தன்மை மற்றும் ஒன்றியத்தை காப்பாற்றுவதற்காக, கூட்டாட்சிக்காக, மேல்-கீழ் இல்லாத அன்பு, சமத்துவம், சகிப்புத்தன்மை, சகவாழ்வுக் கலாச்சாரத்தை உணர்த்தும் வாழ்வை நமதாக்கிக்கொள்ள ஒன்று சேருவோம். இங்கு நியாயம் வாழ வேண்டியிருக்கிறது. எல்லோரும் சமூகத்தில் கலந்து புதியதோர் பிறப்பைப் பெற வேண்டியிருக்கிறது. புதிய பழக்க வழக்கங்களை நமதாக்கிக் கொள்ள வேண்டும்.

முதலில் நமக்கொரு விழிப்புணர்வு வேண்டும். என்னவென்றால், சிதைவே உயிர்மூச்சாயுள்ள ஆர் எஸ் எஸ் ஸின் மோகினி பிசாசு கும்பல் நம் வீடுகளின் முன் நின்று "வா" என்று கூவும் பொழுது அதற்கு பதிலளிக்காமல் "நாளைக்கு வா" என்று நாமும் நம் நாட்டுப்புற வழக்கைப் போல் கதவுகளில் எழுத வேண்டும்.

நாம் அவர்களுக்கு "ஓ" என்று பதிலளித்தால், அதனுடன் பேச்சுக் கொடுத்தால், நம் அழிவு அந்த நொடியிலிருந்தே தொடங்கும். கிராமங்களின் பட்டறிவான "சிதைவே பேய், ஒற்றுமையே கடவுள்" எனும் விவேகம் நமக்குள்ளும் வரவேண்டும்.

... ஏனென்றால் இன்று அதர்மம் தர்மத்தின் முகமூடி அணிந்து ஆட்டம் போட்டுக் கொண்டிருக்கிறது. சமத்துவமின்மையே நீதியாகிறது. நாம் வசிக்கும் நிலமே பற்றி எரிந்தால் எங்குபோய் நிற்பது என்றாகி விட்டது. இத்தகைய ஆட்சி எங்குபோய் முடியப் போகிறதோ?

இப்போது எனக்கு தன் ஆட்களுக்குக் கள்ளு ஊற்றி குடிக்க வைத்த குடிகார மன்னனின் கதைதான் நினைவிற்கு வருகிறது. ஒரு குடிகார மன்னன் தன் ஆட்சியை மக்கள் கேள்வி கேட்காமல் இருக்க, தம் சுகதுக்கங்களை மறந்து அவர்கள் மகிழ்ச்சியாக இருக்க, தனக்கு சதா அவர்கள் "வாழ்க வாழ்க" எனக் கோஷம் போட்டுக்கொண்டே இருக்க மற்றும் தன் எதிரிகளை அவர்களே போரிட்டு எதிர்கொள்ளட்டும் என்று கள்ளு ஊற்றி கொடுத்தானாம். கள்ளுக்குடித்த போதையில் அவனுடைய ஆட்கள் சமூகத்தில் கண்மூடித்தனமான கலவரத்தை உண்டு பண்ணுகிறார்கள். தம் போதையே ஆனந்த நிலையாக மாறி சுய கட்டுப்பாட்டினை இழக்கிறார்கள். மன்னனின் ஆட்சியும் ஆட்டம் போடுகிறது.

குடிகார மன்னன் தலைகுனிந்து நிற்கிறான். உடனே அவன் கட்டுப்பாடில்லாத தன் ராஜ்ஜியத்தை கட்டுப்படுத்த முயல்கிறான். ஆனால் போதையின் உச்சியிலிருக்கும் அவனுடைய ஆட்கள் அவன் சிம்மாசனத்தையே சூறையாடுகிறார்கள். வேறுபாடு, பாகுபாடு, சிதைவுகள் பெருகிக்கொண்டே போனால் சட்டம் ஒழுங்கு சிதைந்து அது போய் சேரும் துன்ப முடிவு இப்படியாகத்தான் இருக்கக்கூடும். இது இன்று நடந்து கொண்டிருக்கலாம். நாளையும் நடக்கலாம்.

ஏனென்றால் வெறுப்பின் போதை, சாதிமத போதை எல்லா வகையான "தீவிர" போதைகளும் முடிவுக்கு வருவது இவ்வாறாகத்தான் இருக்கக்கூடும். விதைத்ததை அறுவடை செய் என்பதுபோல்! வெறுப்பு, சகிப்பின்மை, மடமை இவற்றை உருவாக்கி தீ மூட்டி விட்டால் முதலில் அது தன்னை உருவாக்கியவர்களின் ஆசைப்படி சுட்டெரிந்து கடைசியில் அது எரிப்பது தனக்கு யார் உருவம் கொடுத்தார்களோ அவர்களைத்தான்.

ஒரு மந்திரவாதி வெறுப்பெனும் பிசாசு ஒன்றை உருவாக்கி துரத்தி விட்டால் அது எல்லாவற்றையும் விழுங்கி கடைசியில் தன் பிறப்புக்குக் காரணமான மந்திரவாதியையே தின்று ஏப்பம் விட்டு திருப்தியடையுமாம். இது மந்திர தந்திர பேச்சில்லை, இயற்கையின் இயல்பே இதுவாகத்தான் இருக்குமென்னவோ. இன்று இந்த ஆர் எஸ் எஸ் கும்பலுக்கு இது சரியாகப் பொருந்தும். அவர்களுக்கு மட்டுமில்லை. இவ்வாறு யார் யார் செய்கிறார்களோ அவர்களுக்கும். இது மட்டுமில்லை, இவற்றை பார்க்கும் நம்மையும்.

இதை நினைவில் வைத்துக்கொண்டு நாம் அனைவரும் சேர்ந்து நடப்போம்...

❑